பச்சைப் புறா

கோ.நடராசன்

விலை : ரூ. 150/-

மின்னங்காடி

பதிப்பக வெளியீடு - 57
பச்சைப் புறா

சூழலியல்

ஆசிரியர் : கோ.நடராசன்
முதல் பதிப்பு : 2023
வெளியீடு : மின்னங்காடி பதிப்பகம்
24, அண்ணா 3-வது குறுக்குத் தெரு,
அவ்வை நகர், பாடி, சென்னை - 50.

Rs. 150/-
Pachchaip Pura

Author   : G.Natarajan
First Edition : 2023
Published by   : Minnangadi Publications
                 24, Anna 3rd Cross Street,
                 Avvai Nagar, Padi, Chennai - 50
Website   : www.minnangadi.com
Mail   : minnangadipublications@gmail.com
Phone   : 72992 41264

ISBN   : 978-93-92973-98-7

ஆசிரியர் குறிப்பு

கோ நடராசன் தனது இளமை காலம் வரை நீலமலைகளில் வாழ்ந்தவர். இயற்கையின் வியப்புகளை எப்பொழுதுமே அவர் உற்றுநோக்கி வந்திருக்கிறார். பள்ளிக்கல்வி முதல் கல்லூரி காலம் வரை அவர் மலைகளிடமும் மரங்களிடமும் அங்கே சுற்றித்திரிந்த விலங்குகளிடமும் கலந்துரையாடல் நிகழ்த்திக் கொண்டே இருந்திருக்கிறார்.

வாழ்க்கை அவரை சமவெளிக்கு தள்ளி விட்டிருக்கிறது. சேலம் ஆத்தூரில் முதுகலை ஆங்கில ஆசிரியராக வெகுகாலம் பணியாற்றிய அவர் தற்பொழுது அதே பகுதியில் தலைமை ஆசிரியராக பணியாற்றி வருகிறார். பிழைப்பு தேடி குடியேறிகளாக சென்ற சமவெளி குடியானவர்களின் வாழ்வியலை படம் பிடித்து காட்டுகிறது இந்த நூல். உலகமயமாதல் உருவாக்கிய இயற்கை சீற்றங்கள் மலை மக்களின் வாழ்வியலை எப்படி சீரழித்தது என்பதை காட்சி படிமங்களாக நம் நெஞ்சில் உறைய வைத்து விடுகிறார் கோ நடராசன்.

அணிந்துரை

ஆடாக்களின் நடுவே...
பச்சைப் புறா

மலைக் காட்சிகள் மனதிற்கு என்றும் நமக்கு மகிழ்வை தருபவை. சமவெளியில் அதுவும் நிலபுலம் என பொழுது முப்பது நாழியுமாய் உழுது பறித்து கிடப்பவர்களுக்கு இந்த அனுபவங்கள் வாய்ப்பது வெகு குறைவு. மீறி வடக்கு மலையான் கோயிலுக்கு போகும்போது ஆபத்து வளைவுகளில் வண்டி உருண்டோடி விடுவதாய் ஓடித்து திரும்புகையில் "கோயிந்தா கோயிந்தா..."அபய குரல் எழுப்புகையில் மலையாவது காட்சியாவது..

கோ.நடராசனுக்கு அவரது பெற்றோர் பிழைப்பின் நிமித்தம் இது இளமையிலேயே வாய்த்திருக்கிறது. நீலகிரி மலையில் படுகர்களிடம் நிலத்தை குத்தகைக்கு பேசி அந்தக்காலம் தொட்டு பயிர் செய்து வந்திருக்கிறார்கள். கோ. நடராசனுக்கு பள்ளி கல்லூரி என மலையிலேயே எல்லாம் நிகழ்ந்திருக்கிறது. விவசாயம் மட்டுமல்லாமல் மேட்டுப்பாளையத்தில் உருளைக் கிழங்கு வியாபாரமும் செய்து இருக்கிறார். காலகோலம் வாத்தியாருக்கு படித்து அரசு பணி என மீண்டும் சமவெளிக்கு இறங்கி ஆத்தூர் வாசியாய் தற்போது ஓடிக் கொண்டிருக்கிறார்.

நீலகிரி மலையை விட்டு அவர் இறங்கி விட்டாலும் மனதில் இருந்து இறக்கி வைக்க முடியாத வாழ்வனுபவங்களை நூலாக்கியிருக்கிறார். பச்சைப் புறாவை படிக்கையில் எனக்கு ஒரு புதிய நிலப்பகுதியை வாழ்வை அறிமுகப்படுத்தியது.

'ஆடா' என்பது இரு மலைப்பகுதிகளுக்கு இடையேயான தாழ்வான பயிரிடப்படும் பகுதி. இந்த ஆடாவை இவர் எழுதி இருக்கவில்லை என்றால் தமிழில் எவரும் அவ்வளவு சீக்கிரம் இதை எழுதி விடப் போவதில்லை. சகதிப் புல்வெளிகளில் ஆடு

மாடுகள் சிக்கிக் கொள்ளுமாம். படிக்கிற நாமும் அவைகளோடு சிக்கிக் கொள்கிறோம்.

விறகு வேட்டை, காளான் கனவுகள், சாக்குப்பை, இடிகுழி, பன்றிக்காவல் என நிறைய எழுதி இருக்கிறார். உச்சமாய் அவர் எழுதிய இடங்களுக்கு என்னை இட்டுக் கொண்டு போகச் சொன்னேன். அதுபடியே நீலகிரியின் அவரின் 'மொட்டோரை' கிராமத்தை, நிலத்தை, அவர் படித்த நஞ்சனாட்டை.... எழுத்துக் களங்களில் நின்று நின்று உள்வாங்கி ரசித்தேன்.

நீலகிரியிலும் அண்மைக்காலமாய் விவசாயத்தை தவிர்த்து நிலத்தில் தங்கல் மனை கட்டி வாடகைக்கு விடுகிற கலாச்சாரம் எங்குமாய் பரவி வருகிறது. மீறி பயிரிடுபவர்களும் அடுத்தடுத்த மகசூலுக்கு ரசாயன உரத்தை கொட்டி நிரவுகிறார்கள். மண் மாசாகிறது. சுற்றுலா வருகையில் மது பாட்டில்களும் ஞெகிழி பைகளும் எங்கும் இரைந்து கிடக்கின்றன.

இன்று நீலமலை என்கிற இந்தப் பச்சைப் புறா எப்படி மெல்ல மெல்ல விழுந்து கொண்டிருக்கிறது என்பதை தனது நூலில் சொல்கிறார். அடுத்தடுத்த வெளியீட்டிலும் இன்னும் சொல்வார். பச்சை புறாவைத் தொடர்ந்து பயணிப்பது நிறைய அனுபவ பகிர்வை நமக்கு அளிக்க வல்லது.

எழுத்தாளர் கோ.நடராசனுக்கு வாழ்த்துகள்.

- கண்மணி குணசேகரன்
மணக்கொல்லை
05.01.2024

ஆடா | 1

மொட்டோரை ஆடா

ஆடா என்பது படகர்கள், தோடர்கள் அல்லது பிற தொல்குடிகளின் சொல்லாகும். தமிழ்ச்சொல் அல்ல. நீலமலைகளில் எல்லா இடங்களிலும் நிறைந்து இருக்கும் ஒரு அழகு சொல் இது. எல்லாமொழியினரும் இந்தச் சொல்லை தான் வாயாளுகின்றனர். மலைமக்களைப் பொறுத்தவரை, மலையிடுக்கில் இருக்கக்கூடிய சிறிய பள்ளத்தாக்கு சமவெளிதான் ஆடா.

மெய்ஞானிகள் உணரும் சொக்கலைவிட பேரின்பம் மலைகளின் ஆடாக்களில் உறுதி. சலசலக்கும் நீரோடை. பெரும் புல்வெளி. இடையிடையே இடையர்கள். மெல்லிய காற்று. இதமான வெயில். சாரையாய் குடங்களோடு படபடக்கும் சிற்றாடைகள். கில்லி கோலி பம்பரமாய் இளைஞர் படைகள். நாசியைத் தழுவும் காட்டு மலர்களின் மணம். பித்தனுக்கும் பேருவகை வாய்க்குமிடம்.

அரை ஆள் உயரம் வளர்ந்த, கோரைப்புற்கள் குழந்தைகள் ஒளிந்து விளையாடுவதை ஒண்டிக்கொண்டு பார்க்கும். தெரிந்தும் தெரியாமலும் சகதிப் புதைகுழிகள் பதுங்கிக்கொண்டிருக்கும். கோரைப்புதர்கள் மீது ஏறிநின்று சிறுவர்கள் ஆடுவார்கள். பத்து மீட்டர் சுற்றளவில் நிலமும் சேர்ந்து ஆடும. தில்லைக் கூத்தனின் நடனம் அவன் மட்டுமே உய்த்தது. ஆடாவின் ஆட்டம் எங்களுக்கே வாய்த்தது.

சில நேரங்களில் கால்நடைகள் மாட்டிக் கொள்ளும். பள்ளிகளில் திருதிருவென விழிக்கும் குழந்தைகளைப்போல வால் திருகப்பட்டு, சகட்டுமேனிக்கு அடிவாங்கி, கண் பிதுங்கும். நிறைச்சூலியான மாடு அல்லது எருமை மாட்டிக்கொண்டால் பெரிய கூட்டமே கூடி விடும். கால்களை வெளியே இழுத்து விட்டு, விடுதலை தருவார்கள். மே என்று கத்தி தலை சிலுப்பி உடல் சிலிர்த்து நன்றி சொல்லும் விடுதளைகள். சில நேரங்களில் பெரிய கழிகளை அருகில் செருகி ஏலேலோ-அய்லசாப்போட்டு பத்துப் பதினைந்து ஆட்கள் பல்லக்குத் தூக்கி கால்நடைகளைவிடுவிப்பார்கள். கோரைப்புதர்கள் ஆழம்காண பெயர்க்கப்பட்டு புதைகுழிகள் மூடப்படும். அச்சு அச்சாய் வெட்டி எடுக்கப்பட்ட சீமைப்புல் கொராய்களை அடுக்கி வெற்றி மேடைகள் அமைக்கப்படும். இன்னாரின் கால்நடை மீட்கப் பட்ட இடமென்று பின்னாளில் பெயர் நிலைத்து நிற்க எழுத்துக்களற்ற ‘புல்வெட்டு’களாய் மாறும். ஆடிக்காற்றின் குளிர் மறைவுப் பகுதியாகி இடையர்கள் ஒய்யரமாய் பீடி குடிக்க தஞ்சம் புகுவார்கள்.

செம்மறியாடுகள் மொட்டை அடித்துக்கொள்ளும் கதைகள் சமகாலத்து சிகைவெட்டுக் கதைகளை மிஞ்சக்கூடியவை. புசுபுசுவென வளர்ந்திருக்கும் மயிர்கள் மீது ஈரப்புழுக்கைகள் ஒன்றாக இணைந்து சிறு உருண்டைகளாக காய்ந்து விடும். உடல் முழுவதும் சிறு சிறு கோவில் மணிகளைக் கட்டிய முனிகளாய் மாறிவிடும். ஓடையைத் தாண்டும் பொழுது ஒரு ஆடு விழுந்தாலும் எல்லா ஆடுகளும் விழுந்து விழுந்து ஓடும். உடலெங்கும் களிமண் திருநீரைப் பூசிவிடும். மழை நாட்களில் மணிகளுக்கு விடுதலை கிடைக்கும். வெயில் நாட்களில் மயிர்களுக்கும் விடுதலை கிடைக்கும். மந்தை வாழ்வியல் மகத்துவம் இதுதானோ?

ஆங்கிலேயர்கள் ஆட்சிவரை பெரும்பான்மையான ஆடாக்கள் புல்வெளிகளாய் காட்சியளித்தன. நம்நாட்டு விடுதலைப் போரின் போது நிறைய படகர்கள் பங்கெடுத்துக்கொண்டார்கள்.

விடுதலைக்கு பின் ஈகியர்களுக்கு அரசால் நிலம் ஒதுக்கப்பட்டது. அன்றுமுதல் மேய்ச்சல் நிலங்கள் அடிமையாக்கப்பட்டன. குடியேறிகள்தான் செங்குத்து மண்வெட்டிகளால் வடிகால் காவாய் வெட்டி, கோரைப் புதர்களை அழித்து வேகவைத்து மண்ணாக்கினார்கள்.

தவளை இனப்பெருக்கக் காலங்களில், பெரு நரிகள், இரவு வேட்டைக்கு ஆடாவிற்கு வந்துவிடும். இரவு முழுதும் ஊளையிட்டுக் கொண்டே இருக்கும். தெரு நாய்கள் நரிகளை துரத்த போக்குக் காட்டிவிட்டு காலிடுக்கில் வால்களை மடக்கிக்கொள்ளும். காட்டுப் பன்றிகள் புல்வெளிகளை முண்டித்தள்ளி கோரைக் கிழங்குகளைத் தேடி தாறுமாறாக உழுது விட்டு உரம் போட்டு விட்டுப்போகும். கூட்டமாய் மின்மினிப்பூச்சிகள ஆடாவின் வால்மீன்களாய் நீளும். முதல் மழைக்குப்பின், ஆயிரமாயிரம் வண்டினங்கள் இறந்து கிடக்கும். வேட்டை மறந்த நாய்களுக்கும் பூனைகளுக்கும் அன்று வேட்டை.

ஈ அளவிலான மிகச்சிறிய கருவண்டு முதல், கருங்குருவி அளவிலான பூதவண்டுகள் வரை, கள்ளாடிகளைப் போலத் தள்ளாடும் வண்டுகளை எங்கும் பார்க்கலாம். சில பறக்கும். சில தரையில் உருளும். சில தத்தித்தவழும். மரத்தை கட்டிப்பிடிக்கும் தமிழ்த் திரைப்படக் காதலர்களைப்போல பொன்வண்டுகள் பச்சைப் பன்னச் செடிகளை அணைத்துக்கொண்டிருக்கும். இறக்கைகளும் கால்களும் சிவப்பாக மின்னும். மற்றஇடங்கள் பச்சையாக நாணும். இணை வண்டுகளை பிடித்து ஒரு தீப்பெட்டியில் போட்டுவிட்டு சிறுவர்கள் செவிகளுக்கு தந்து மின்னணு கதிர்வீச்சின்றி இயற்கையின் ஏழிசையில் இசைந்துபோவார்கள்.

மூவிதழ் தாமரையாய், தேன் பூக்கள் மலரும்.தேனீக்களும் பட்டாம் பூச்சிகளும் எங்கும் நிறைந்திருக்கும். தேன் பூக்களின் பூக்காம்பு சிறிய குழல்களை கொண்டிருக்கும். நான், இளமுள் விலக்கி, காலையில் பூவைக் கிள்ளி உறிஞ்சி இருக்கிறேன் - மலர் மதுவடித்த துளி தேன் நாவின் சுவை அரும்புகளை திக்குமுக்காட வைக்கும். பந்திக்கு முந்திக்கொள்ள வேண்டும். மாலையில் மலர்கள் வாடிவிடும் அன்றியும் தேன்குழல் சுரக்காது. பூக்களும் தேன் சுரக்கும் நேரிடைக் கள் சந்தை ஆடாக் 'கள்' தான்.

மணிப்புறா, மாடப்புறா, மலைப்புறா என்று பல்வேறு வகையான புறாக்கள், கூட்டமாய் வட்டமிடும். வான் உயரத்தில்,

கழுகுகள் வட்டமடிக்கும், சற்றுத் தாழ்வாக, பருந்துகள் சுற்றித்திரியும். இங்கொன்றும் அங்கொன்றுமாக, ஒரே நேரத்தில், நான்கைந்து, காத்தோளிகளை காணும் அரிய வாய்ப்பு கிட்டும். பத்து நிமிடங்கள், அந்தரத்தில், ஒரே இடத்தில் காற்றைப் புணர்ந்து கொண்டு இருக்கும். அடிவயிறு வெண்மையாகவும் இறக்கைகள் மஞ்சளாகவும் இருக்கும். குறி தவறாமல் பாயும் ஏவுகணை போல, இரையைக் கண்டதும் கீழ்நோக்கிப் பாயும். கடந்த முப்பது ஆண்டுகளாக இந்தக் காத்தோளிகளை எங்குமே காண முடிவதில்லை. ஆடா காய்கறிகளை அப்படியே மொத்தமாக விலை பேச, எங்கும் வட்டமிடுகின்றன, சந்தை வல்லூறுகள். காட்டு ஆடுகளும் காட்டெருமைகளும், செந்நாய்களும் சிறுத்தைகளுமாய் இருந்த வசம்புச்சோலைகளின் காலடித் தடங்கள் தார்ச்சாலைகளாக மாறியிருக்கின்றன.

சரக்கு-பயணம்-சீறும்-மகிழ்ச்சி என உந்துவகைகள் இயற்கை எனும் மரகத புறாக்களை வேட்டையாட வாயெங்கும் வழிகிறது பச்சைக்குருதி. உதிர்ந்த பலநிற சிறகுகள், வாய்கட்டும், கால்கட்டும் கட்டப்பட்டு வங்கிகளில் அடக்கம் செய்யப்பட,ஒரு நீலமலை மாங்குயிலின் ஒப்பாரி, எனது அடர் துயிலை உரித்துவிட்டு, வெளிச்ச வெள்ளச் சிறையில் தள்ளிவிட்டு ஓய்கிறது.

கற்பூரச்சோலை | 2

சோலையில் நான்

மொட்டோரையில் தொல்குடிகளுக்கும் குடியேறிகளுக்கும் என்றும் ஒரு நல்ல உறவு இருந்தது என்று சொல்ல முடியாது. என்றும் குடியேறிகளை மலை இறக்கி விடுவார்கள் என்ற அச்சம் இவர்களிடமும் குடியேறிகள் பெருகி பெருகி தங்கள் வாழ்வியலை அழித்துவிடுவார்கள் என்ற அச்சம் அவர்களிடமும் இருந்தது. எல்லா குடியேறிகளையும் அரசு விளிம்பு நிலை மக்களாகக் கருதி ஊருப்பட்ட சலுகைகளை வழங்குகிறது என்பதும் அவர்களின் கூடுதல் அச்சம்.

மொட்டோரையை அண்டி இருந்த ஒரு நாற்பது ஏக்கர் தரிசு நிலத்தில் கற்பூரக் கன்றுகளை காட்டு வளத்துறை உதவியோடு நட்டுவிட்டனர். ஆறு வருடங்களுக்குப் பிறகு அது பத்து மீட்டர் உயரத்திற்கு வளர்ந்துவிட்டது. மரத்திலேறி உச்சியை கெட்டியாக பிடித்துக்கொண்டு தொங்கினால் ஒரு வில்போல் வளைந்து தரையைத் தொடும். இந்த அரைவட்ட குதியல் விளையாட்டை

நாங்கள் தொங்கல் என்று அழைத்தோம். சில நேரங்களில் நினைத்த அளவுக்கு மரம் வளைந்து கொடுக்காது. அப்பொழுது பாதி உயரத்தில் மரம் நின்று விடும். நண்பர்கள் அவசரமாக கூடி, போர்வைகளை மணமக்களின் வேட்டிச்சேலையைப்போல் இணைத்து பிணைத்து முடித்து ஆளுக்கு ஒரு பக்கம் பிடித்து பாதிக்கப்பட்டவனை குதிக்கச்சொல்லிக் காப்பாற்றுவோம்.

எனது கல்லூரி காலத்தில் மொட்டோரை தலைவர்கள் சாந்தான் மற்றும் கருப்பண்ணன் போன்றவர்கள் புரட்சியாளராக இருந்தார்கள். அந்தக் கற்பூரச்சோலையில் மரங்கள் இல்லாத ஆடாப்பகுதியை ஆளுக்கு பேர்வாதியாக பிரித்துக்கொடுத்து விளைநிலமாக மாற்றிவிட்டார்கள். இரண்டு போகங்கள்தான் பயிரேறியது. அட்டிக்காரர்கள் சும்மா விடவில்லை. முதன்மை புரட்சியாளர்களை அழைத்துச்சென்று தெண்டனிடவிட்டு தண்டம் போட்டுவிட்டார்கள். சாகுபடியில் எங்கள் குடும்பமும் கலந்து கொள்ளவில்லை. ஆனால் நான் கல்லூரி காலத்தில் செய்த சிறு சிறு கலகங்களுக்காக என் அண்ணனையும் பழிதீர்த்துக் கொண்டார்கள்.

மரம் நடுவதற்கு முன்பாக அந்த இடம் பசுமைத்தாயகமாக காட்சிதந்தது. எங்கும் சைட்டிசஸ் புதர்கள் நிறைந்திருந்தன. பலவகையான குருவி இனங்களை அங்கே நான் பார்த்திருக்கிறேன். அடுப்பு பற்ற வைப்பதற்கு இந்தப் புதர்கள் மிகவும் சிறந்தவை. எல்லா வீட்டிலும் அவற்றை சேகரித்து வைத்திருப்பார்கள். மழைக்காலத்தில் கொஞ்சூண்டு எடுத்து வைக்கோல்போல் சுருட்டி அடியில் பற்ற வைத்தால் ஒரேயொரு தீக்குச்சி போதும். அதன் பிறகு சுள்ளிகளையும் விறகுகளையும் அடுப்புக்குள் ஒன்றன்பின் ஒன்றாக நுழைப்பது அன்றையத் தீப் பழக்கம்.

அரையாள் அளவுக்கு வளர்ந்த மலைத் தும்பை செடிகளின் மலர்களெங்கும் அடர்த்தியாக தேனீக்கள் பறந்து கொண்டிருப்பதை பார்க்கலாம். சைட்டிசிசஸ் பூக்களைப் போன்றே பூக்கும் முட்செடிகளும் உண்டு. கவைகுச்சி கொண்டு வயலாடிகள் அவற்றை வெட்டி வேலிக்கு செருகும் பழக்கம் அன்று இருந்தது. உதகை மஞ்சள்நிற வாடாமல்லி பூங்கொத்துகள் சுற்றுலா காதலர்களின் வசிய மருந்து. அதன் இதழ்கள் ஆண்டு கணக்கில் வாடாமல் இருக்கும். ஏனெனில் பூவிதழ்கள் செயற்கை பூக்களின் நெகிழி இதழ்களைப்போல இயற்கையாகவே இருக்கும். இவ்வகை பூக்களில் வெள்ளை

மற்றும் ஊதாநிறங்கள் அரியவகை. இப்பகுதி முழுவதிலும் மூன்றடி உயரம் வளரக்கூடிய இவ்வகை பூச்செடிகள் நிரம்பி மணம் பரப்பும். அதைப் பறித்துச்சென்று உதகையில் காசாக்க மொட்டோரையில் யாருக்கும் மனம் இருக்காது.

சமவெளியில் விளையும் கண்டங்கத்திரி போன்று ஒருவகை சொடக்கு தக்காளி வகையைச் சேர்ந்த முட்செடி உண்டு. மிக வியப்பான அரியதொரு பழம் பழுக்கும். சுவை இனிப்பும் புளிப்பும் கலந்த உச்சம். பட்டாசுப்பூ என்றொரு மலர் இருந்தது. அதன் மொட்டுக்களை பறித்து கன்னத்தில் அடித்தால் பட்டாசு ஓசையுடன் வெடிக்கும். சிறு குழந்தைகளின் கன்னத்தில் சிறிது நேரம் வருடிவிட்டு அந்தப்பூவை வெடிப்பது ஒரு புது வருடல்சுவை. சமவெளியில் எருக்கம் பூக்களை இரு விரல்களால் வெடிக்க விடுவார்கள். இப்படி செய்தால் விளைச்சல் பெருகும் என்பது சமவெளி வயலாடிகளின் நம்பிக்கை.

கால்நடைச் சாணம் தவிர வேறு எந்த வகையிலும் தூய்மை கெடாமல் இருந்தது மொட்டோரைப் புல்வெளி. இடையில் ஓடிய சிறிய ஓடையில் கூடையில் மீன் பிடித்து இருக்கிறோம் நாங்கள். சகதியில் ஊற்று பறிப்பது தான் அன்றைய குழந்தைகளின் விளையாட்டு. அரை அடி வட்டத்தில் சகதியை கைகளாலேயே தோண்டி எடுப்போம். கை நீளுமளவிற்கு சகதியைத் தோண்டி எடுத்து விட்டு, மீண்டும் அதே சகதியை வைத்து கைபிடிக்கும் அளவில் சுவர் மெழுகுவோம். காலையில் எழுந்து ஓடிப்போய் பார்த்தால் தூய தண்ணீர் களிமண் குழிக்குள் உருக்கி ஊற்றிய வெள்ளியைப் போல் காட்சியளிக்கும்.

கோவிலின் கொடிக்கம்பங்களுக்கு நெடுஞ்சாண்கிடையாக விழுந்து கும்பிடுவதைப் போல விழுந்து விலங்குகளைப்போல அந்த தண்ணீரை வாயில் உறிஞ்சி குடிப்போம். கிணற்றில் சகதி நாற்றம் அடித்தாலும் குடிதண்ணீர் குடலுக்குள் பனிக் கட்டிகளாய் இறங்கும். வயிறு மட்டும் சில்லிடுவதை உணரமுடியும்.கெண்டைப்பனி காலங்களில் காலை 10 மணி வரை குழந்தைகளை வெளியில் அனுமதிக்க மாட்டார்கள். ஆனாலும் என்னை போன்ற ஒரு சிலர் திருட்டுத்தனமாக ஆடாவுக்கு ஓடி அந்த சிறு கிணற்றில் கையை விட்டு பனிக்கட்டியை தூக்குவோம். அந்த வட்ட நிலவை உடைக்காமல் வீடு கொண்டு வந்து சேர்ப்பது தான் ஒரு வல்லவனின் சாதனை.

சிட்டுக்குருவி முதல் பருந்து வரை பல்வேறுவகையான பறவைகள் பல்வேறு வகையில் தாக்கப்பட்டு குற்றுயிரும்

குலைஉயிருமாக துடித்துக்கொண்டிருக்கும். காப்பாற்ற துடிக்கும் சிறுவர்களுக்கு எங்கு எடுத்துச்சென்று மருத்துவம் செய்வது என்பதில் குழப்பம் நீடிக்கும். நான் திடீர்மருத்துவனாகி வீட்டில் இருக்கும் பனி எண்ணையை தடவிவிட்டு தானியங்களை கொத்தவிட்டு பாதுகாப்பேன். காட்டுக்குப் போனவர்கள் வீட்டுக்கு வரும் வரை வெளி நோயாளிகளாக இருந்தவர்கள் பின் மறை நோயாளிகளாக மாறிவிடுவார்கள். பெரும்பாலான நோயாளிகள் சொல்லாமல் வெளியேறி விடுவார்கள். இறந்துபோன நோயாளிகளுக்கு இராணுவ மரியாதையோடு நல்லடக்கம் நடைபெறும்.

கோலி விளையாட ஒரு மீட்டர் அளவிற்கு களம் செதுக்கி இருப்பார்கள். அது பார்ப்பதற்கு ஒரு சிகப்பு மண்பூசிய பூதமுறத்தைப் போல் இருக்கும். இவ்வகை திடல்கள் பொதுவாக உச்சியையும் ஆடாவையும் இரண்டாகப் பிளக்கக்கூடிய நடைபாதைகளை ஒட்டியே இருக்கும். திடலின் பின்பகுதியில் ஒரு அடி உயர சிறிய பகுதி இருக்கும். ஆடிக்கோடை என்பது நீலமலையின் அதிக மழைப்பொழிவு காலம். வீட்டிலிருந்து ஊதாங்கோல் எடுத்துச் சென்று அந்த திடலின் சிறிய மேட்டில் குத்தி வைத்தால், குழாயில் தானாகவே தண்ணீர் வரும். இரண்டு மூன்று நண்பர்கள் கூட்டு சேர்ந்துவிட்டால் அந்தத் திடலில் அதற்கு மேல் இடம் இருக்காது. பொதுவாக எல்லாத்திடல்களுமே நீர்பூங்காக்களாக மாறிவிடும்.

மழைக்குப் பிறகான வெட்டப்பு நாட்களில், சருக்கு விளையாட்டு துவங்கிவிடும். சீமைப்புல் அதிகமாக இருக்கும் பகுதியை தேர்ந்தெடுப்போம். வாட்டச்சரிவும் அதிகமாக இருக்க வேண்டும்.வீட்டின் மனைகட்டைகள் சறுக்குப்பலகைகளாக மாறும். முதலில் ஒன்றிரண்டு நாட்களுக்கு சறுக்களின் வேகம் குறைவாக இருக்கும். அதற்குள் பாதையில் இருந்த சிறு சிறு கற்கள் வேர்கள் சிறுசிறு புதர்கள் ஆகியவை நீக்கப்படும் அல்லது பாதை வளைக்கப்படும். பின் ஒருவர் பின் ஒருவராக அந்த சறுக்கு விளையாட்டில் ஈடுபடுவோம். மோதுவது மோதி சாய்ப்பது போன்றவை விளையாட்டின் குற்றங்கள். தனக்கும் தனக்குப்பிறகு வருபவருக்கும் இருக்கும் இடைவெளி நீண்டதாக இருந்தால் முன்னவர் சிறந்த வெற்றியாளர்.

இந்த கற்பூரச்சோலை என்பது எங்களுக்கு ஒரு ஆதிக்க குறியீடாகவே தெரிந்தது. ஒரு நாள் நானும் எனது தம்பி மூர்த்தியும் இரவில் கோடாரியோடு சென்று ஒரு இளமரத்தை

சாய்த்து விட்டோம். முன்னதாகவே ஆழமாக தோண்டப்பட்ட இரு வாய்க்காலில் அந்த மரம் புதைக்கப்பட்டது. அடிமரத்தை நானும் நுனி மரத்தை என் தம்பியும் சுமந்து வந்திருந்தோம். பல ஆண்டுகளுக்குப்பிறகு அந்த மரம் வெளியில் வந்திருக்கிறது. நான் சுமந்து வந்த அந்த அடி மரத்தை வீடு கொண்டுவர இருவரால்கூட முடியாமல் போனது என்று என் வலுவினை வெகுநாட்கள் அந்த ஊர் பேசியது. மற்றொரு முறை நானும் தனபாலும் கோடாரியோடு இரவு வேட்டைக்குச் சென்றோம். மரத்தைச் சுற்றி கன்றை போட்டோம். அவ்வளவுதான் அரை தென்னைமர உயரத்திற்கு தீப்பந்தம் ஒன்று வருவதைப்போல் தெரிந்தது! மரம் வெட்டுவதை விட்டுவிட்டு வீட்டிற்கு ஓட்டம் பிடித்தோம். சில நேரங்களில் பூமிக்கு அடியில் இருக்கக்கூடிய எரிவாயு தீப்பிடித்து இவ்வாறாக காட்சி தரும் என்பது பின்நாட்களில் நான் தெரிந்து கொண்டேன். மொட்டோரையில் அதன் பெயர் கொள்ளிவாய் முனி. அவர் எங்கிருந்து வருவார் எந்த பாறையில் அமர்வார் எங்கே போவார் என்பது கூட எனது சிறு வயதில் ஒரு அதிர்கதைதான்.

முனிப்பாறையை மட்டுமல்ல அப்பகுதியில் இருந்த வேறு சில சிறு பாறைகளையும் சில கல்நெஞ்சக்காரர்கள் உடைத்து கட்டிடம் கட்ட எடுத்துச்சென்றுவிட்டனர். இந்தக் கற்பூரச்சோலைக்கு நடுவே ஒரு ஒற்றையடிப்பாதை இருந்தது. இன்று அது தார்ச்சாலையாக மாறியிருக்கிறது மட்டற்ற மகிழ்ச்சியோடு பல மகிழ்வுந்துகள் ஏறியும் இறங்கியும். வெறும் ஐம்பது வீடுகள் மட்டும் இருந்த அந்த ஆரம்ப குடியிருப்பு இன்று 300 வீடுகள் என்று பெருகி ஒரு சிற்றூராக மாறிவிட்டது. இருபது ஆண்டுகளாக மட்டம் தட்டப்பட்ட ஒரு இடம் அரசு தொடக்கப்பள்ளியாக மாறாமல் சீமைப்புல் முளைத்த கைப்பந்துகளமாக மாறிவிட்டது.

இன்று மரங்கள் எல்லாம் நெடிதுயர்ந்து வளர்ந்து மிகப்பெரும் அழகு சோலையாகக் காட்சியளிக்கின்றன.அவர்கள் நினைத்தார்கள் மரம் நட்டார்கள். அவர்கள் நினைத்தார்கள் இப்பொழுது அதே இடத்தில் கூட்டுறவு தேயிலை தொழிற்சாலை ஒன்றை நிறுவிவிட்டார்கள். அவர்கள் நினைத்தார்கள் இப்பொழுது ஊரின் எல்லா குப்பைகளையும் கொண்டு வந்து மொட்டோரையின் தலையில் கொட்டிக்கொண்டிருக்கிறார்கள். கழிப்பறைகள் இல்லாத ஏழைகளுக்கு இந்த கற்பூரச்சோலையின் புதர் இண்டுகள்தான் அண்டி ஒதுங்க இடம் தந்தது. அவர்களும் இவர்களுமாய் ஒரு பூக்காட்டைப் பீக்காடாக மாற்றி விட்டார்கள்.

காளான் கனவுகள் | 3

உருண்டைக்காளான்

மழை என்றுமே மலையிலிருந்தே துவங்குகிறது. தலைவி தலைவன் என்று சங்க இலக்கியம் முதல் இக்கால படப் பாடல் வரை எண்ணிலடங்கா கவித்துவங்கள். இங்கெங்கும் அடைபடாமல் நிற்கின்றன மழையும் மலையும்.

நீலமலைகளில் தொடபெட்டாவிலிருந்தே மழைக்கால் இறங்கும். அந்த உயர்ந்த பெருங்குன்றை மையம் கொண்டு ஒரு பூகம்பம் போல் பத்து கி.மீ. வட்டத்தில் கொட்டித்தீர்க்கும். மலைகளிலிருந்து பெருக்கெடுக்கும் 'செந்தண்ணி' பள்ளம் நோக்கி தங்கம் போல் உருகி வழியும். நகைகடை விளம்பர நடிகையைப்போல, மலை எழிலெடுக்கும். அடுத்த ஒரு வாரத்தில் காடுகளெங்கும் காளான்கள் வெள்ளைக்குடை பிடிக்கும். கூடை நிறைய கிடைக்கும் என்றால் நினைத்துப்பாருங்கள். வீடெங்கும் காளான் மணம்பரப்பும்.

பச்சையாக உண்ணும் அளவிற்கு காளான் சுவையாக இருக்கும். ஆட்டிறைச்சி பக்குவத்தில் காளான் குழம்பு இருக்கும். வேறு எந்த ஊனுணவையும் மிஞ்சும் மிகைச்சுவை அது. புலால் துண்டுகளைப் போல மெனக்கட்டு மெல்லத் தேவையில்லை. எலும்பு தொல்லையும் இல்லை. பல் இடுக்குகளில் சிக்கிக் கொள்ளாது. வாயில்வைத்தால் கரையுமளவிற்கு ஒரு புலவு வகை உண்டெனில் அது நீலமலைகளில் விளைந்த இயற்கை காளான்மட்டுமே.

சிறுவர்கள்கூட காளான் பறித்துவேர்நீக்கிதாளிக்கும்கரண்டியில் உப்பும் வற மிளகாயும் சேர்த்து வதக்கி உண்பார்கள். மிகுதியாக இருக்கும் தண்ணீர் குடித்தலின்பம். செயற்கையுரமும் கொல்லி வகை மருந்துகளும் நீலமலைகளில்தான் முதலில் அறிமுகமாயின. அதன்பின் அங்கு இயற்கை காளான்கள் முளைக்கவே இல்லை. இன்று பல இடங்களில் கூடாரம் வளைத்து வைக்கோலில் காளான் விதைத்து செயற்கையுரமும் பூச்சிக்கொல்லிகளும் பயன்படுத்தி கேரளர்கள் செயற்கைக்காளான் உற்பத்திசெய்கிறார்கள். பைக் காளான்கள் எங்கும் கிடைக்கின்றன. இயற்கை காளான்கள் எங்கேனும் அரிதாக நான்கு ஐந்து கிடைப்பதாகவும். அது எல்லா மக்களுக்கும் கிடைப்பதில்லை என்றும் மலையில் இருக்கும் எனது உறவினர்கள் அங்கலாய்த்துக்கொண்டனர்.

மலையில் வாழும் தொல்குடிகளான தோடர்கள் இவ்வகையான வெள்ளை காளான்களை உண்பதில்லை. மாறாக அவர்கள் சோலைகளில் பட்டுப்போன மரங்களிலும் வீழ்ந்து கிடக்கும் அரித்துப் போன மரங்களிலும் முளைக்கும் மரக்காளான்களையே பெரிதும் விரும்பி உண்கின்றனர். படகர்கள்கூட சோலை காளான்களை தான் உண்கின்றனர். கொத்தாக வளர்ந்திருக்கும் சில ஒட்டுண்ணித் தாவரங்களை கீரையாககூட பயன்படுத்துகின்றனர் நிகழ்காலத்தில் காளான் வேட்டையாடும் அளவுக்கு காளான்களின் வகைகள் தெரிந்த தொல்குடிகள் யாருமில்லை என்பது பெரிய இழப்புதான்.

சமவெளிகளில் கூட நிறைய உண்ணக்கூடிய காளான்வகைகள் இருந்திருக்கின்றன. களத்துமேடுகளில் பதர்நெல் ஒதுக்கப்பட்ட இடங்களில் காளான்கள் முளைத்திருந்ததை பார்த்திருக்கிறேன். அரிசிக்காளான் என்ற சிறியவகை காளான்களை நான் சுவைத்து மிருக்கிறேன். அரிதாககிட்டும் ஒருசில பெரியக் காளான்களை பாட்டிகள் சுட்டுக் குழம்பு வைப்பதை பார்த்திருக்கிறேன்.

நீல மலைகளில் குறைந்தது முப்பது வகை காளான்களை நான் இனம்காட்டுவேன். கற்பூர மரச்சோலைகளில் அரையடியளவு வளரும் மஞ்சள்நிற காளான்கள் கூட்டமாக மலர்ந்திருக்கும். அவைகளை நாய்க்குடை என்று அழைப்பார்கள். இவை நச்சுக்காளான்களாகும்.சிற்சில இடங்களில் சிறிய கால்பந்து அளவிற்கு வேறு வகை நச்சுக் காளான்கள் பெருத்திருக்கும். இவ்வகை காளான்கள் உருண்டைக் காளான்கள் என்று அழைக்கப்படும். காளான்களை கால்களால் எத்தி விட்டால் உள்ளிருக்கும் துகள்கள் கார்த்திகை திங்கள் தீக்காத்திப் போல் வெளியேறும். தோல் சவ்வுபோல் மெலிதாக இருக்கும். இது உருண்டைக் காளானின் இளந்தளிரே. முற்றிய காளான்கள் மிக மென்மையான உள்ளீடற்ற வெள்ளைப்பந்துபோல் தோன்றும். நீலமலை உருண்டைக்காளான்கள் சுவைக்க ஏற்றது அல்ல. ஆனால் உலகெங்கும் பல்வகை உருண்டைக்காளான்களை மீன் துண்டுகள் போல பொரித்தும் வறுத்தும் வற்றலாகவும் உண் கின்றனர். அவற்றுள் செதில்கள் இருக்கது.சில பந்து காளான்களுக்கு சிரிய ஒற்றை கால் இருப்பதையும் காணநேரிடும்.

மரத்தை சுற்றி அரை வட்ட அளவில், நத்தையின் ஓடு போல மரக் காளான்கள் படர்ந்து மரத்தின் காதனி போல் அழகு சேர்க்கும். உதகை மலர்க்காட்சியில் நான்கடியளவிற்கு வட்டமான கருங்காலி மரத்தைவிட மிகவும் கெட்டியான மரக்காளான்களை பார்த்திருக்கிறேன்.

பொதுவாக காளான்கள் மேலும் கீழும் வெண்மை நிறத்தில் இருந்தால் உண்பதற்கு ஏற்றவை. மேல்பக்கம் புள்ளிகள் நிறைந்த குடை போன்றும் அடிப்பக்கம் குடைக்கம்பிகள் போன்ற ஆயிரக்கணக்கான செதில்களை கொண்டும் காட்சியளிக்கும். ஆனாலும் செயற்கைக் காளான்களின் அடிப்பகுதி கருப்பாகத் தான் இருக்கிறது. நமக்கு வெறும் காளான் மொட்டுக்களே கிடைக்கின்றன. அதனால் நமக்குநிறம் பெரிதாக தென் படுவதில்லை. சந்தைகளில் மொட்டுக் காளான்கள் சிப்பிகாளான்கள் பெரியவகை நெய்காளான்கள் என்று பலவகைப் பட்ட காளான்கள் கிடைக்கின்றன. மதிப்பு கூட்டப்பட்ட காளான் வகைகளும் கிடைக்கின்றன.

பச்சை நிறம் உட்பட எல்லா நிறங்களிலும் உலகெங்கிலும் காளான்கள் காணப்படுகின்றன.ஆம்பி காளாம்பி காரிக்கூன் ஆமம் ஆகியவை சங்ககாலம் காட்டும் காளான்பெயர்கள். தவளை இருக்கை காட்டின் பெட்டைக்கோழி தரைத் தாரகை

ஆகியவை உலகெங்கிலும் இருக்கும் செல்லப்பெயர்கள். காளான்கள் சார்ந்த கதைகள் ஏராளம்.

இமயமலையின் நான்காயிரம் மீட்டர் உயர புல்வெளிகளில் புழுக்கள் காளான்களாக மாறும் விந்தை ஆண்டுதோறும் நடைபெறுகிறது. இந்த காளானிற்கு நாடு சார்ந்த பல்வேறு பெயர்களுண்டு. குளிர்காலத்தில் புழுவாகவும், மழைக்காலத்தில் காளானாகவும் மாறிவிடும். மருத்துவ ஆற்றல்கள் நிறைந்ததாக கருதப்படும் இந்த கம்பளிப்பூச்சி காளான்களுக்கு உலக சந்தையில் பெரும் போட்டி உள்ளது. நாம் 5000 ஆண்டுகளாக ஆம்பிகளை சுவைக்கிறோம். உலகெங்கும் நூற்றுக்கணக்கான கூன் வகைகள் சுவை மொட்டுகளை விரைக்கசெய்கின்றன. வைரம் என வியக்குமளவிற்கு அரியசுவை தரும் காரிக்கூன் விலை மதிப்பற்றக் காளான்.

மாயக்காளான்கள் பற்றிய நிறைய ஆய்வுகள் நடந்திருக்கின்றன. மனிதனின் உடல் மற்றும் உள்ளம் சார்ந்த உணர்வுகளை மறக்கச் செய்து ஒரு மெய்ஞ்ஞான உச்சத்திற்கு அழைத்துச் செல்வதை அறிவியல் வழிநின்று விளக்கியிருக்கிறார்கள். மாயக்காளான்களை பல்வேறு நோய்களுக்கு எதிராக சிறந்த மருந்தாக்க முடியும் என்று மெய்ப்பித்து இருக்கிறார்கள். ஆய்வு ஒன்றில் மாயக்காளான் உண்ட நோயாளி ஒருவர் தம் வாழ்நாள் முழுவதும் செய்த தவறுகளை ஒப்புக்கொண்டு உரியவர்களிடம் நேரிடையாக சென்று மன்னிப்பு கேட்க வேண்டும் என்று மன்றாடினாராம். நம்நாடு உட்பட உலகெங்கிலும் பொதுமக்கள் இவ்வகை காளான்களை பயன்படுத்ததடையுள்ளது. எனக்கு ஒரு வாய்ப்பு கிடைக்குமாயின் கூடுவிட்டு கூடுபாய்ந்தாவது அந்த மாயக் காளானிடம் சுவைத்துப் பார்க்க இன்னொருமுறை வாய்ப்பு கேட்பேன்.

எருமைப்புலி | 4

தோடர்கள் கோவில்

எனது பதின்வயதில் இருந்தே நான் நீலகிரி சோலைகளில் ஒரு காடோடியாய் திரிந்திருக்கிறேன். பிழைப்புத்தேடி சென்றிருந்த குடியேறிகள் ஊரை சுற்றியுள்ள மேய்ச்சல் நிலங்களில் வீடுகட்டி வாழ்ந்து வந்தனர். எங்கள் சிற்றூரின் பெயர் மொட்டோரை.

படகர்கள் காய்கறி வேளாண்மையிலும் தேயிலை வேளாண்மையிலும் ஈடுபட்டாலும் பெருமளவு எருமைகளையும் வளர்த்தனர். வீட்டிற்கு ஐம்பது அறுபது என எருமைகள் இருந்தன. எருமைகளை சோலைக்காடுகளில் மேய்ச்சலுக்கு விட்டு பின் மாலை நேரங்களில் பட்டிகளுக்கு வளைத்து வருவதுதான் அன்றைய மேய்ச்சல் இயல்பு. பாதுகாப்பிற்காக பத்துப் பதினைந்து மேய்ப்பர்கள் சோலைகளில் சுற்றுக்காவல் இருப்பார்கள். குரல்கேட்கும் அளவிலான மலைக் குன்றுகளின் மீது இருவர் அல்லது மூவர் நின்று கொண்டு எருமைகளின் பாதுகாப்பை சத்தமாகக் கூக்குரலிட்டு பிறருக்குத் தெரிவிப்பார்கள்.

பட்டிகளை தமிழ்ச்சொல்லான தொழுவம் என்பதோடு பொருத்திப் பார்க்கக்கூடிய சொல்லான 'தொளா' என்றழைப்பர் கருங்கல்லால் கட்டப்பட்டு இருக்கும். முப்பது அடிகள் விட்டமுடைய வட்ட வடிவில் மீட்டர் உயரத்திற்கு வட்ட கிணற்றின்

சுற்றுப்பார் போல கட்டப்பட்டிருக்கும். ஒன்றரை மீட்டர் அளவிலான ஒரு வாயிற்படி இருக்கும்.அதை அடைக்க குறுக்கும் நெடுக்குமாக பலகை சட்டங்கள் இருக்கும். மேற்கூரை இருக்காது. தரையிலும் கற்களை பாவி இருப்பர்.

படகர்களுக்கு கார்த்திகை தீபத்திருநாள் பெருவிழா. இவ்விழா பழமையான தொளாக்களில் தான் நடைபெறும். மேட்டுப் பாளையத்திலிருந்து நெடுநெடுவென உயர்ந்த நான்கு பாக்கு மரங்களை கொண்டுவந்து தொளா நடுவில் நடுவர். நான்கு பாக்கு மரங்களையும் நெடிய கோபுரமாய் இணைக்க அரை அடி இடைவெளியில், தறிக் குச்சிகளை இணைத்துக் கட்டுவர். அவர்கள் தமது இன அடையாளமாக கருதும் வண்ணக் குடைகள் உச்சியில் இருக்கும். உச்சியில் இரண்டு அடி விட்டமுள்ள விளக்கும் நெய்யில் ஊறிய திரியும் தயாராக இருக்கும். மரபுவழி பூசாரி ஒரு கையில் பந்தத்தை ஏந்திக்கொண்டு உச்சி நோக்கி பயணிப்பார். கீழே ஆட்டமும் பாட்டும் இசையுமாக மொத்த ஊரே பூத்திருக்கும். தொளாவின் வாயிலருகில் ஒட்டக் கொடி மற்றும் கோத்தகிரி செடிகளால் பந்தல் கட்டி படர் கொடிகளை பின்னி எருமைக் கொம்பிற்கு சிறப்பு பூசை நடந்த இடத்தில் நான் வழிபாடு செய்து இருக்கிறேன்.

எருமை வளர்ப்பில் தோடர் பழங்குடிகள்தான் முன்னோடிகள். அவர்களது ஆலயங்களில் கூட எருமைத்தலையின் குறியீடுகள் இருக்கும். அவர்கள் மந்து என்றழைக்கப்படும் சிற்றூர்களில் கூடிக் குடியிருப்பார்கள். நான் அவர்களின் மந்துக்களுக்கு பலமுறை சென்றிருக்கிறேன். வெங்கலத் தட்டு நிறைய தயிர் தருவார்கள். அதை வெட்டிதான் எடுக்க வேண்டும் அவ்வளவு கெட்டியாக இருக்கும். அப்பொழுதெல்லாம் அவர்களின் முக்கிய உணவு எருமைப்பால் சார்ந்தே இருந்தது.

தோடர்களில் ஒருவர் இறந்துவிட்டால் புதைக்கும் போது கூடவே அவரவர் வசதிகளுக்கு ஏற்ப ஐந்து அல்லது ஆறு என்று எருமைகளையும் கொன்று புதைப்பார்கள். நான் சிறுவனாக இருக்கும் போது நேரில் பார்த்திருக்கிறேன். அவ்வழக்கம் பின்னர்

அரசாங்கத்தால் தடை செய்யப்பட்டது. தாய்தெய்வ வழிபாட்டில் முப்பூசை கொடுத்தல் என்ற ஒரு மரபில் எருமை கிடா பலியிடுவது இன்றளவும் நடைமுறையில் உள்ளது. சிந்து சமவெளி முத்திரைகளில் கூட எருமைக் கிடா பலியிடுவது படமாக்கப் பட்டுள்ளது. திரைப்படத்தில் காட்டெருமையை அடக்குவது தமிழக மஞ்சுவிரட்டின் அடியொற்றிய மிகையான கற்பனை

காட்டெருமைகள் கூட்டத்தினூடே வீட்டெருமைகளும் ஐந்து பாகை செல்சியசு குளிர்ந்த நீரை நீந்திக்கடக்கும். கருப்புத்தீவு ஒன்று கடலில் நகர்வதைப் போல் காட்சியளிக்கும். இனப்பெருக்க காலங்களில் இவ்விருவகை எருமைகளும் ஒன்றாக இருக்கும் என்றும சில நேரங்களில் காட்டெருமை கிடாவானது தொளாக்களில் காண நேரிடும் என்றும அதே காலத்தில் சில எருமைக்கிடாரிகள் வாரக்கணக்கில் அடர்காடுளில் திரிந்துவிட்டு மீண்டும் தொளாக்களில் காட்சியளிக்கும் என்றும் முதியவர்களின் கதையாடல்களில் கேள்வியுற்றிருக்கிறேன்.

மேய்ச்சல் முடிந்து அசைபோட எருமை கூட்டம் என்றுமே ஆடா பகுதிகளைத்தான் தேர்ந்தெடுக்குமாம். மலைச்சரிவுகளில் இருந்து எருமைகளை வேட்டையாடக் கூடிய சிறுத்தை கூட்டங்கள் அல்லது செந்நாய் கூட்டங்களின் அறிகுறி தெரிகிறதா என்று நோட்டமிட வாகான இடம் அதுதான். தாய் எருமைகள் கன்று குட்டிகளை நடுவில் விட்டு வட்டவடிவில் படுத்துக்கொண்டு வேட்டை விலங்குகள் ஏதேனும் வருகிறதா என்று மோப்பம் பிடிக்கும் நாய்களைப் போல. மந்தையில் இருக்கும் எருமை கிடாக்கள் அதற்கு அடுத்த சுற்றில் அரண்மனைக் காவலனைப்போல், இங்கும் அங்கும் நடந்து விழிப்புடன் காவல் காக்குமாம்.

நான் சோலைகளில் சுற்றித்திரிந்த பல நேரங்களில் வேட்டையாடப்பட்ட விலங்குகளின் எலும்புக்கூடுகளையும் மண்டையோடுகளையும் பார்த்திருக்கிறேன். குறிப்பாக நிறைய காட்டெருமை மண்டையோடுகளையும் மான் மண்டையோடு களையும் பார்த்திருக்கிறேன். மரக்கிளைகளுக்கு நடுவில் மாட்டிக் கொண்டிருக்கும் மண்டையோடுகளைக்கூட பார்த்து இருக்கிறேன். வேட்டை விலங்குகள் தனது இரையை தனியாக பிரித்து ஆடா பக்கம் துரத்தி சகதியில் மாட்டவிட்டு வேட்டையாடும் என்ற வரலாறுகளும் உண்டு.

வேசைக்காலங்களில் ஊர் மக்கள் எருமை மந்தைகளை கெண்டப்பனி தாக்காத முக்கூர்த்தி மலைகளின் அடிவாரத்

திலுள்ள எம்மட்டி என்ற இடத்திற்கு சென்று முதல் மழை வரும் வரை அங்கேயே தங்கி மேய்ச்சலுக்கு விடுவார்கள். சிறுத்தைகளின் நடமாட்டம் அதிகம் இருந்ததால் தீமூட்டம் போட்டு என் நேரமும் விழிப்புடன் இருப்பார்கள். நான் அங்கு இரண்டு நாட்கள் தங்கி இருந்து கற்றுக்கொண்டவைகள் அதிகம். நீல மலைகள் முழுவதும் இது போன்ற எண்ணற்ற பனிக்கால மேய்ச்சல் நிலங்கள் இருந்தன என்பதை நான் இப்பொழுது அறிகிறேன்.

அண்மைக்காலங்களில் காட்டு விலங்குகளுக்கான பாதுகாப்பு சட்டங்கள் கடுமையானதாக இருக்கிறது. எரிவாயு உருளை புழக்கத்திற்கு வந்தபின் விறகு சேகரிக்க செல்லும் பழக்கம் கடந்த பதினைந்து ஆண்டுகளில் முற்றாக ஒழிந்துவிட்டது. சாலையின் ஓரங்களில் இயல்பாகவே காட்டெருமைகளை பார்க்க நேரிடுகிறது. சிறுத்தைகள் கூட சில சமயங்களில் ஊர் பக்கம் வந்து விடுவதாகக் கூறுகிறார்கள். நிகழ்காலத்தில் புலிகளின் நடமட்டமும் அதிகரித்திருக்கிறது. பிற பகுதிகளில் கூண்டில் சிக்கும் புலிகளை அரசு விட்டுவிட்டதாக வயலாடிகள் புலம்புகின்றனர். அவையும் வந்தாரங்குடிகள்தான் என்ற வகையில் எனக்குப் பெருமைதான்.

நீலமலைகளில் எருமை வளர்ப்பு முற்றாக அழிந்தொழிந்து விட்டது. மலைமக்கள் தத்தம் நிலங்களை சொகுசு விடுதிகள் கட்டுவோருக்கு விற்றுவிட்டு, சமவெளி நோக்கி செய்யும் நகர்வுகள் என்னை வருத்தமடையச் செய்கின்றன. சமவெளிகளில் கூட இருபது ஆண்டுகளுக்கு முன்னர் எருமைகளை கட்டி ஏருழுதலையும் வண்டி ஓட்டியதையும் பார்த்திருக்கிறேன். துளு நாட்டு ஊர் பகுதிகளில் நடக்கும் கம்பாலா எருமை பந்தயம் சிறப்பு வாய்ந்தது. நெல்நடவுக்கு தயாராக இருக்கும் சேற்றுச்சகதி வயலில் இப்பந்தயங்கள் நடைபெறுகின்றன. அண்மைக்காலங்களில் பலவகையான கம்பாலா பந்தயங்கள் நடைபெறுகின்றன. எருமை உரிமையாளர்களுக்கு சிறப்பான பரிசுகளும் வழங்கப்படுகின்றன.

நான் நீலமலைக்கு செல்லும் பொழுதெல்லாம் என் தம்பிகளை அழைத்துக் கொண்டு கல்லட்டி வழியாக இறங்கி சமவெளியில் மசினகுடி அடைந்து பொக்காபுரம் மாரியம்மனை வழிபாடு செய்து விட்டு முதுமலை வழியாக திரும்பி கூடலூரில் மகிழுந்தை நிறுத்துவது வழக்கம். கூடலூர் உண்மையிலேயே கேரள மக்களும் கர்நாடக மக்களும் தமிழக மக்களும் கூடல்+ஊர்.

பேச்சு நடை உடை பாவனை என்று எல்லாமே கலப்பாகவும் கலகலப்பாகவும் இருக்கும்.எருமைக்கறி வற்றல் வறுகறியாக அங்கு மட்டுமே கிடைக்கும் என்பது கூடலூரின் கூட்டல் சிறப்பு.

என் பள்ளி நண்பர்கள் அட்டியில் ஒரு அடிபட்ட எருமையை மக்கள் தினந்தோறும் சென்று ஒரு தாய் தெய்வத்தை வணங்குவது போல் வணங்குவதாக பேசிக்கொண்டனர். நானும் பார்க்கலாம் என்று சென்றிருந்தேன். பல இடங்களில் புலிவாய் குதறிய காயங்களும் அதிலிருந்து வழிந்த குருதிக் கரைகளும் தெரிந்தன. புலி நகங்கள் மேல்தோலை வாரை வாரையாகக் கிழித்து இருந்தன. ஒரு கொம்பு உடைந்த நிலையில் ஏதோ பச்சிலை வைத்து கட்டுப் போட்டிருந்தார்கள். குருதியும் மருந்தும் கலவையாக வழிந்து கொண்டிருந்தது. எருமை நிற்கமுடியாமல் படுத்துக்கொண்டு பெருமூச்சு விட்டுக்கொண்டிருந்தது.

கன்றுக்குட்டி ஒன்று சுற்றி சுற்றி வந்துகொண்டிருந்தது. அதன் பின்முதுகில் இருந்த காயத்தை கண்ணீரொழுக மூக்கொழுக வாயொழுக நக்க முயற்சித்தது தாயெருமை.

வெறியன் | 5

மணி என்பது அந்த நாய்க்குட்டியின் பெயர். உதகையின் காந்தல் பகுதி நாய் வளர்ப்பில் மிகவும் புகழ் பெற்ற இடம். நீலமலையின் எல்லா பகுதிகளிலும் தெருக்களில் சுற்றிக் கொண்டிருக்கும் நாய்களைப் பார்த்தீர்களானால் அவை சீமை நாய்களைப் போன்றே காட்சியளிக்கும். அந்த அளவுக்கு மிகுதியான இனக்கலப்பு நடந்த ஒரு செம்மாந்த இனம். என் தாய் மாமன் ஒரு ஜெர்மன் ஷெப்பர்ட் நாய் குட்டியை அப்பொழுது நல்ல விலை கொடுத்து வாங்கி வந்தார். அதற்கென்று தனி பயிற்சிகளோ, சிறப்பு உணவு வகைகளோ எதுவும் தரப்படவில்லை. வீட்டுப்பக்கம் யாரையும் அண்ட விடாமல் குரையோ குரை என்று குரைத்துத்தள்ளிவிடும். அதனால் எப்போதும் நாய்ச்சங்கிலியால் கட்டப்பட்டே இருக்கும்.

என்னால் அதற்கு ஞாயிற்றுக்கிழமைகளில் ஒரு சோப்பு குளியலும், என் மாமனால் மாதத்தின் ஒரு நாள் உப்பு போடாமல் வேக வைத்த மாட்டு கறியும் கிடைத்தது. நானும் என் நண்பர்களும் சங்கிலியோடு அதை இழுத்துக் கொண்டு ஆடாவிற்கு சென்று ஓடையிலிருந்து வாளி வாளியாய் தண்ணீரை மொண்டு நாய் மீது ஊற்ற செய்வதறியாமல் வாலாட்டிக் கொண்டிருக்கும். உடலெங்கும் சோப்பை தடவி நுரை பொங்க செய்து மீண்டும் தண்ணீர் ஊற்றும் பொழுது குளிரால் நடுங்கிக் கொண்டிருக்கும்.

மாட்டுக்கறி சமைப்பதை என் உறவினர்கள் யாரும் ஏற்றுக்கொள்ள வில்லை. ஆயினும் என் மாமன் அதற்கென்று தனியாக ஒரு வடைசட்டி வைத்து கறியை அரைவேக்காடாக வேகவைத்து நாய்க்கு என்று இருந்த அலுமினியத்தட்டில் பரிமாறுவார். எங்கள் உறவுக்காரர்கள் எல்லோருமே வாடா போடா என்று அதை அழைப்போம். டேய் மணி என்று அதனுடன் உரையாடுவதே ஒரு செல்லம் கொஞ்சவதுதான். மாமனுக்கு ஓய்வு கிடைத்த நேரங்களில் நாயின் சங்கிலியை அவிழ்த்து விட்டு சிறு சிறு விளையாட்டு காட்டுவார். அது ஆடாவிற்கு சென்று ஒரு சுற்று சுற்றி விட்டு ஆடு மாடுகள் ஏதாவது இருந்தால் துரத்தி போக்கு காட்டும். செம்மறி ஆடுகளுடன் சுற்றியடித்து விளையாடுவது சரியான சடுகுடு"டேய் மணி வாடா" என்று ஒரு குரல் கொடுத்தால் போதும் மீண்டும் வீடு வந்து சேரும்.

ஐந்துக்கு ஐந்து அளவிலான ஒரு தகரக் கொட்டகை அதற்கு இருந்தது. இரவில் உள்ளே விட்டு பூட்டி விடுவோம். பகலில் வெளியே சங்கிலியால் கட்டி வைப்போம். மிகச் சிறந்த காவல்காரன் என்பதில் மாற்றுக்கருத்து ஏதுமில்லை. அப்பொழுதெல்லாம் ஊர்மாடுகளை விளைந்திருக்கும் பயிர்களில் வேண்டுமென்றே விட்டு விடுவார்கள். எனக்கு தகவல் கிடைக்கும். அவ்வளவுதான் மகிழ்ச்சியாகி விடுவேன். 'டேய் மணி வாடா போலாம்' என்றால் போதும். என்னோடு மணி பாய்ந்து கொண்டு வரும். நானும் அதுவும் ஓட்டப்பந்தயம் வைப்போம். அதுவும் பேடுகளில் குதித்து குதித்து ஓடுவது என்பது வேறு வகையான ஓட்டப்பந்தயம். ஐந்தே நிமிடங்களில் அவ்வளவு மாடுகளையும் துரத்தி விடும்.

ஒருமுறை அவிழ்த்து விட்ட நாய் இரண்டு மூன்று நாட்கள் வீடு வந்து சேரவில்லை. எப்படியும் அதுதிரும்பி வந்துவிடும் என்ற நம்பிக்கையில் இருந்தோம். யாரும் தேடும் முயற்சி எடுத்துக் கொள்ளவில்லை. இரண்டு மூன்று இடங்களில் கடிபட்டு அந்த நாய் வந்து சேர்ந்தது. உதகையிலிருந்து வாங்கி வந்த மருந்தை நான் காயங்களுக்குத் தடவிவிட்டேன். அதற்கு கோபம் அதிகரித்துக் கொண்டே போவதை நான் கவனித்துக் கொண்டே வந்தேன். முதலில் ஒரு சிலரின் ஆடைகளை கவ்விப்பிடித்து ஆட்களை கீழே தள்ளியது.

நான் உட்பட என் உறவுக்காரர்கள் யாருக்கும் இது பிடிக்க வில்லை. அது விளையாட்டாக செய்கிறது விட்டு விடுங்கள்

போகப்போக சரியாகிவிடும் என்று மாமன் திரும்பத் திரும்பச் சொன்னார். அதன் பிறகு வீட்டுக்காரரர்களை முறைப்பதும் வாயில் எச்சில் ஊறிக்கொண்டே இருப்பதுமாக அதன் கோபம் தலைக்கு ஏறியது. அதன் கண்களில் ஒரு ஓநாய்பார்வை வந்தது. பெரும்பாலானவர்கள் நாய்க்கு வெறி பிடித்து விட்டது என்று சொல்லவே இரண்டு மாதங்கள் நாய் அவிழ்க்கப்படாமலேயே இருந்தது.

குடுகுடுப்பைக்காரர்கள் வாய்ப்பூட்டு போட்டுவிட்டனர் என்று ஒரு சிலரும், மாட்டுக்கறி சாப்பிட்டதால் நாய்க்கு கொழுப்பேறி இப்படி ஆகிவிட்டது என்று ஒரு சிலரும் அங்கலாய்த்தனர். நாங்கள் யாரும் அருகில் நெருங்க முடியவில்லை. மாமன் மட்டும் கையில் குச்சி ஒன்றை வைத்துக்கொண்டு சாப்பாடு போடுவார். அதை முகர்ந்துப் பார்த்துவிட்டு சாப்பிடுவதை தவிர்த்து எந்நேரமும் வேறு மாதிரியான ஒரு ஓநாய்க்குரலில் குரைத்துக்கொண்டே செந்நாய் உறுமலாய் கத்தியது.

ஒரு அதிகாலை 5 மணி அளவில் பெரியவர்கள் ஆண்களாக நான்கைந்து பேர் அந்த நாயின் கால்களை கட்டிவிட்டு வாயையும் துணியால் கட்டிவிட்டு, ஒன்றினுள் ஒன்றாக மூன்று சக்குப்பைகளை நுழைத்து, விரித்த அந்த சாக்கு பையின் மேல் நாயை நகர்த்தி சாக்குப் பையை தரதரவென்று இழுத்துக்கொண்டு போனார்கள். நாய் ஓட முடியாமல் துள்ளிக்கொண்டிருந்தது. சிறுவர்கள் யாரும் அனுமதிக்கப்படவில்லை. நாய் அடமாய் முனகியது.நான் கூடவே போனேன். என் உறவுக்காரரர்கள் எல்லோரும் வீட்டிலேயே கூடி ஒப்பாரி வைக்க ஆரம்பித்து விட்டார்கள். மூத்தவர்கள் போகும் போது முள் கடப்பாரை மற்றும் மண்வெட்டிகளோடு போனது எனக்கு சந்தேகத்தை ஏற்படுத்தியது.

நூறாண்டுகள் பழமையான கற்பூர மரங்கள் மொட்டோரை வயல்களை ஒட்டி வளர்ந்திருந்தன. மூன்றாவது மரத்தில் ஒரு ஐந்து மீட்டர் உயரத்தில் கிளை இருந்தது. சிறிது நேரத்தில் சாக்குப்பை தொங்கிக் கொண்டிருந்தது. இடுகாட்டுக்குச் சென்றவர்கள் திரும்பி வரும்பொழுது என்னென்ன சடங்குகள் நடக்குமோ அவையெல்லாம் நடந்தேறின. இரவு சாப்பாடு எதையும் சாப்பிடாமல் அன்று எல்லோரும் அமைதியாக உறங்கப்போனார்கள். கோபி மண்ணால் குவித்து மூடப்பட்டிருந்த அந்தஇடுகுழியும் அதன் மேல் சாத்தப் பட்டிருந்த சாமந்தி மாலையும் தலைமாட்டில் புகைந்து கொண்டிருந்த

ஊதுவத்திகளும் இன்னும் என் நினைவை விட்டு அகலவில்லை.

15000 ஆண்டுகளுக்கு முன்பே ஒரு ஆணுக்கும் பெண்ணுக்கும் இடையில் ஒரு நாய் புதைக்கப்பட்டு இருந்ததை ஆய்வாளர்கள் கண்டுபிடித்தனர். குழந்தை போல வளர்த்தார்களோ என்னவோ! எகிப்திய பிரமிடுகளில் லட்சக்கணக்கான நாய் மம்மிகள் புதைக்கப் பட்டிருக்கின்றன. 5000 ஆண்டுகளுக்கு முன்பு பெரிய நாய்க்குட்டி பண்ணையை அந்த நாடு நிர்வகித்து இருக்க வேண்டும். மனிதன் பழக்கிய முதல் விலங்கு நாய்தான் என்பது கூடுதல் தகவல். தற்போது உலகெங்கிலும் 400 வகைக்கும் மேலான நாய் இனங்களுக்கு நாம் உணவு பரிமாறிக் கொண்டிருக்கிறோம். நாய் நமக்கு உணவாவது வேறு கதை.

வீட்டிற்கு வரும் முன்னர் எல்லோரும் என்னை அழைத்து நாய் கட்டி வைக்கப்பட்டிருக்கிறதா என்று கேட்டுவிட்டுதான் உள்ளே வருவார்கள். அதன் பிறகு இரண்டு மூன்று ஆண்டுகள் அந்த சொற்றொடர் நிலைபெற்றே போனது. என் மகன் இனியவன் நாய்க்குட்டி வேண்டும் என்று மூன்று ஆண்டுகளாக கேட்டுக் கொண்டே இருக்கிறான். நான் கோம்பை கிடைக்க வில்லை சிப்பிப் பாறை கிடைக்கவில்லை என்று அவனுக்கு பதில் அளித்தாலும் அவன் பல இணையதளங்களையும் தேடி நாய் விற்பவர்களின் முகவரிகளைத்தேடி அதற்கான வழிமுறை களையும் சொல்லிக் கொண்டே இருக்கிறான். செல்லமாய் ஒரு நாய்க்குட்டி வளர்க்க அதை பழக்க, குளிப்பாட்ட கழுத்தை வருடி கொஞ்ச தோளோடு தோளணைய என் ஆழ்மனம் அவ்வளவு அமைதியானது அல்ல.

சாக்குப்பை | 6

சாக்குகட்டு

நறுமணம் வீசும் புதிய சாக்குப்பைகள் தென்பட்டால் மலை மக்களுக்கு பேருவகை தான். தங்கக்காசை சேமிப்பது போல சேமித்து வைப்பார்கள். மலை மக்களின் வாழ்வியலில் சாக்குப் பைக்கு என்றுமே தனிஇடம் உண்டு.

பிழைப்புத்தேடி வரும் புதிய குடியேறிகளுக்கு சுடுசோறும் சாக்குப்பைகளும் சேர்ந்தே விருந்தோம்பப்படும். மலையில் எந்தக் காலத்திலுமே கட்டாந்தரையில் படுத்து உறங்க முடியாது. கோரைப் பாயின் இடத்தை சாக்குப்பை தக்கவைத்துக் கொள்ளும். உடல் குளிர்ச்சிக்கு கோரைப்பாய். வெப்பத்திற்கு சாக்குப்பை.

சமவெளி வயலாடியின் வீட்டில் ஒரு காலத்தில் குதிர்களும் தாழிகளும் சாணம் மெழுகப்பட்ட மூங்கில் புட்டிகளும் முறங்களும் நீக்கமற நிறைந்திருந்தன. அதே காலத்தில் மலைகளில் சாக்குப் பைகள் நிறைந்திருந்தன. எப்பொழுதுமே எல்லா வீடுகளிலும் ஒன்று அல்லது இரண்டு சாக்குக்கட்டுகள், கோட்டைக்

காவலனைப் போல ஏவலுக்கு காத்து இருக்கும். கிழிசல்கள் இருந்தால் சாக்குப்பைகள் கோணி ஊசியால் தைக்கப்படும் அல்லது ஒட்டு வைத்து தைக்கப்படும். தைப்பதற்கு என்று நிபுணர்களும் இருந்தனர். மிகவும் கிழிந்து போன பழைய சாக்குகள் படுக்கையை விரித்துப் படுப்பதற்கும போர்த்தி படுப்பதற்கும் ஏழைகளின் கம்பளியாய் வறுமையை மறைத்துக் கொண்டு சிரிக்கும். பழைய சாக்குகளை இணைத்து தைத்து தாட்டுகள் தயாராகும்.கெண்டப்பனி நாட்களில் முட்டைக்கோசு நாற்றங்கால் பேடுகளை மூட பயன்படும். சிறியத் தாட்டுக்கள் மண்ணை இழுத்து நிரவவும் பயன்படும்.

சோலைகளை ஒட்டியுள்ள வயல்களில காட்டுப் பன்றிகளின் தொல்லை அதிகமாயிருக்கும். காவல் இருப்பதற்குவேண்டி பரண் போன்ற குடிசைகள் கட்டப்படும். தரையில் முட்டுக்கால்கள் ஊன்றப் பட்டு நான்கு அடி உயரத்தில் பரண் அமைக்கப்படும். பரணுக்கு மேல் அருகருகாக, சீகைத் தறிகள் அரை வட்ட வடிவில் வளைத்து கூரை அமைக்கப்படும். குளிர் தாங்குவதற்காக கூரையில் நிறைய தாட்டுக்கள் நிரப்பப்பட்டு அதற்கு மேல் மழை காகிதங்கள் வைத்து கயிறு கட்டுவார்கள். பரண் மேலும் தாட்டுக்கள் நிறைந்து இருக்கும்.

சாக்கு மூட்டை பிடிப்பதும் நிரப்புவதும் தைப்பதும் ஒரு கலை. பட்டாணி மூட்டையை குத்தி பிடிக்க வேண்டும். எடை காணும். உருளைக்கிழங்கு துண்டுகள் கழுத்தோடு கட்டப்படும். கேரட், பீட்ரூட், முட்டைக்கோசு மூட்டைகள் வாயோடு தைக்கப்படும். முள்ளங்கி மூட்டைகள் தனி இனம். வாய்க்கு மேலும் கவர்ச்சி முள்ளங்கிகள் அடுக்கப்பட்டு கீழே விழுந்து விடாதவாறு குறுக்குத்தையல் போட வேண்டும். கேரட், பீட்ரூட், அவரை, முள்ளங்கி போன்ற காய்கறிகள் தண்ணீரில் கழுவப்படும். அந்நேரங்களில் எல்லாம் சாக்குப்பைகள், ஆமைகளைப் போல ஒரு நீச்சல் போடும்.

சாக்குப்பை கட்டுகள், மேட்டுப்பாளையம் மண்டிகளிலிருந்து, இரவோடு இரவாக மலையேறும். மலையில் முகவர்கள் இருப்பார்கள். மது அங்காடிகளில் கூட்டம் அலைமோதுவதைப் போலவே, சாக்குக் கட்டுகள் இறங்கும் நாட்களில் வயலாடிகள் முகவர்களை மொய்ப்பார்கள். சில நேரங்களில் கருப்புப் பணத்தை பதுக்கும் முதலாளிகளைப் போல முகவர்களும் புது சாக்கு கட்டுகளை பதுக்கி விடுவார்கள். கசங்கிய பணத் தாள்களுக்கு பெட்டியில் என்ன வேலை?

அரைக்கப்பட்ட எலும்புத்துகள்கள் செயற்கையுரமாகவும் பயன்படுத்தப்பட்டன. அவை புத்தம்புதிய சாக்குப்பைகளில் ஒரு இதமான பதமான நாற்றத்தோடு எலும்புக்கூடுகள் நிறைந்த வெள்ளை உலகமாய் பல்லைக்காட்டும். ஒரு ஏக்கர் நிலத்திற்கு எட்டு மூட்டைகள் உரம் பிடிக்கும். குழி, காணி, வேலி, மா என்பதெல்லாம் சமவெளிகளில் வயல் பரப்பளவை குறிக்கும் சொற்கள். மலைகளில் பரப்பளவு மூட்டைகளில்தான் குறிக்கப்படும். இரண்டு மூட்டைப் பட்டாணி பத்து மூட்டை உருளைக் கிழங்கு ஆறு மூட்டை கேரட் என்று அளவீடுகள் ஒப்பீடுகள் ஆகும்.

விளைச்சலை கூட மூட்டைகளில் தான் சொல்வார்கள். உருளைக் கிழங்கை பொறுத்தவரை, மூட்டைக்கு பத்து என்பது சிறந்த மகசூல். சிலநேரங்களில் மூட்டைக்கு மூட்டை கூட தேறாது. பெரும் பண்ணையாளர்கள், சுமையுந்துகளில் அப்படியே கொட்டு பாரமாக கொண்டு வருவார்கள். கிழங்குகள் கசிவதை தடுக்க, சுமையுந்துகளின் மூன்று பக்கங்களிலும், உயரத்தில் சாக்குப்பைகள் விரிக்கப்படும். காய்ந்துபோன சாண எருவைக் கூட, மூட்டை அளவுகளில் தான் விலை பேசுவார்கள். குடியேறிகளுக்கு சொந்தமாக நிலம் இல்லை. நில உரிமையாளர்களான படகர்கள், நிலத்தின் அளவை, கந்தாயத்திற்கு விடும்போது, ஆளுக்கு தகுந்தவாறு, மூட்டை மூட்டையாய் உயர்த்தி சொல்வார்கள். புதுச் செல்வந்தக் குடியேறிகள், பத்து மூட்டை காட்டிற்கு பதினைந்து மூட்டை கந்தாயம் உயர்த்தித் தரத் தயங்க மாட்டார்கள். இப்படிப் பட்டவர்களை அண்டவிடாத நில உரிமையாளர்களே அதிகம்.

ஓடைகளில் மடைக் காவல் செய்யும் பொழுது, சாக்குப்பைகள் இன்றி அமையாது உலகு. ஒரு குட்டித்தூக்கம் போட இரண்டு சாக்குப் பைகள் போதும். மடிக்கப்பட்டது தலையணையாகவும் விரிக்கப்பட்டது மெத்தையாகவும் மாறும்.

சீமை எண்ணெய்யால் இயங்கக்கூடிய நீர் ஏற்றிகள் மிகுந்திருந்த காலம். ஒரு நீரேற்றியை, நீரை உறிஞ்சிக் தள்ளும் சுழல் மற்றும் இயந்திரம் என இரு பகுதிகளாக பிரிக்கலாம். சுழல், கனமான இரும்பு சட்டகத்தில் பொருத்தப்பட்டிருக்கும். அதை எந்திரத்தின் படுக்கை என்று அழைப்பார்கள். கதை ஒன்றில், எட்டு மெத்தைகளுக்கு மேல் படுத்துக் கொண்டிருந்த இளவரசி ஒருத்தி, தரையில் பட்டாணி ஒன்று உருத்தியதை கண்டுபிடித்து விட்டாளாம்! நீர் கசிவால் படுக்கை ஆட்டம் கண்டு விடக்

கூடாது என்பதற்காக, எப்பொழுதுமே இயந்திரத்தின் படுக்கைக்கு அடியில் இரண்டு மூன்று சாக்குகள் விரிக்கப்படும். ஏட்டிக்குப் போட்டியான கணவன் மனைவியைப் போலவே, படுக்கையின் ஏதாவது ஒரு பக்கம் ஆட்டம் காண்பிக்கும். மடிக்கப்பட்ட சாக்குப்பைகளால்தான் குடும்ப சிக்கல் தீர்த்து வைக்கப்படும்.

சுமையுந்து கிடைக்காமல், ஒரு சில நாட்கள் உருளைக்கிழங்குத் துண்டுகள், சாலையோர சோலைகளாய் தவம் கிடக்கும். தார்ப்பாய் கூரைக்குள், சாக்குப் பைகளின் கிடிக்கிப்பிடியில், வயலாடிகள் பீடிப்புகையாய், பெருமூச்சை விடுவார்கள். மூன்று நான்கு இளைஞர்கள் கூடி விட்டால், மூட்டம் போட்டு குளிர் காய்வார்கள். சுட்ட உருளைக்கிழங்கு, சூடாகத் தொட்டால், மதுப் புட்டிகள் தானாகவே தள்ளாடும்.காமக்கதைகள் கொள்ளிக் கட்டைகளாய் கொழுந்து விடும்.

குட்டிச்சாக்குகளை பற்றி கட்டாயம் நான் கூற வேண்டும். பெரும்பாலும் கலப்பு உரங்கள் குட்டிச்சாக்கில் தான் வரும். அப்பொழுதுதான் சரிவிகித கலப்பு உரங்கள் அறிமுகப்படுத்தப் பட்டன. பட்டாணி விதை 25 கிலோ மூட்டையாய் குட்டிசாக்கில் வரும். அரிசி இன்ன பிற கூல வகைகளும் அன்று 25 கிலோ முதல் 50 கிலோ வரை குட்டிச் சாக்கு பைகளில் தான் பயணம் செய்தன. பொதுவாக காய வைக்கப்பட்ட அவரை, வெள்ளை வெங்காயம், கிழங்கு வற்றல் போன்றவை குட்டிச் சாக்குகளில் தூங்கிக் கொண்டிருக்கும். விலையுயர்ந்த அரிய வகை காய்கறிகள் குட்டிச்சாக்கில் குதிரையேறி உதகை சந்தைக்கு ஊர்வலம் போகும். குழந்தைகளின் விளையாட்டுகளில் குட்டிச்சாக்குகள் குட்டிச் சாத்தான்களாக மாறியதுண்டு.இரண்டு பெரிய சாக்குப்பைகளுக்கு அருகில் இரண்டு குட்டிச்சாக்குகளை நிறுத்தினால், நாம் இருவர் நமக்கு இருவர் என்பதைப் போல் காட்சியளிக்கும்..

நிகழ்காலத்தில் நெகிழி வலைப்பைகள் மலைகள் எங்கும் நீக்கமற நிறைந்து விட்டன. வயல்களில் நைந்து போய்க்கிடக்கும் சாக்குப்பைகள் கச்சறா மூட்டத்தை எரிக்க தீப்பந்தங்களாய் மாறிக்கருகும். கலைக்கொல்லி வந்தபிறகு கச்சறா காயவைத்தல், பொறுக்குதல்,முட்டு போடுதல், முட்டு எரித்தல் போன்ற வேலைகள் சாம்பலாய்போயின. சாக்குப்பைகளின் தேவைகளும் குறைந்துபோயின. வசதிக்கு ஏற்றவாறு இன்று செம்மறி ஆட்டு மயிரால் செய்யப்பட்ட மென்கம்பளங்கள் எல்லா இடங்களிலும் சூடேற்றிக்கொண்டிருக்கின்றன. வீணாய்ப்போன நெகிழிப்பைகள், வேலிகளில் வேடிக்கை பார்க்கின்றன.

இடிகுழி | 7

வறண்ட இடிகுழியில்

பேச்சு வழக்கில் பொதுவாக இரண்டுவகை இடிகளைபற்றிப் பேசுவார்கள். ஒன்று நீர் இடி மற்றொன்று நெருப்பு இடி. மின்னலைத்தான் நெருப்பு இடி என்று கூறுகிறோம். சூல் கொண்ட மேகம் அப்படியே தரையிறங்கி மழையாய் கொட்டுவதுதான் நீரிடி. சில ஆண்டுகளுக்கு முன் சேலம் நரசிங்கபுரம் பகுதிகளில் இவ்வாறான நீரிடி விழுந்து நான்கைந்து இடங்களில் வெள்ளப் பெருக்குடன் ஆர்ட்டீசியன் ஊற்றுகளும் உண்டானது இயற்கையின் விந்தைதான். ஆய்வுக்கு உட்படுத்தப்பட வேண்டிய நிகழ்வு. மின்னல் தாக்கிய நிகழ்வுகளில் உயிரினங்கள் நெருப்பில் கருகி மரித்ததை நாம் அறிவோம்.

மழைக்காலங்களில் மலைச்சரிவுகளில் திடீரென விழும் நீரிடி ஒரு பெரிய வாரியை ஏற்படுத்திவிட்டு ஆடாவில் பெரிய குழி ஒன்றை ஏற்படுத்திவிடும். ஒரு சிறிய விளையாட்டுத்திடல் அளவிற்கு ஒழுங்கற்ற வட்டமாய் அந்தக்குழி காட்சியளிக்கும்.

அடியில் செல்ல செல்ல வட்டத்தின் விட்டம் கொஞ்சம் கொஞ்சமாய் குறையும். நீலமலையில் சோலைகளில் காணப்படும் இவ்வகை குழிகளை 'இடிகுழி' என்று மக்கள் அழைப்பர். நல்ல மழைக் காலங்களில் இடி குழிகளின் அடி காணமுடியாது. பெரிய குட்டை அளவு தண்ணீர் தேங்கி இருக்கும். வேசை காலங்கள் மற்றும் மழை இல்லாத ஆண்டுகளில் அடிப்பரப்பு சீமைப்புல் முளைத்த மரகத சுரங்கமாய் காட்சியளிக்கும்.

பாபிலோனிய நாடொன்றின் இளவரசி. அவளது அரண்மனை மாடியில் உலாத்துகிறாள். எதிரில் ஒரு குன்று! பல வகையான மரம் செடி கொடிகள் அடர்ந்த பச்சைக் குவியல். நாள்தோறும் பார்த்து அகமகிழ்ந்து இயற்கை அன்னையை வியந்து பூசிக்கிறாள். பக்கத்து நாட்டின் பேரரசி ஆகிறாள். பிறந்தகத்து பச்சை ஏக்கம் வாட்டுகிறது! பலமுறை கேட்டும் வாய் திறக்காத அவள், தனக்கு ஒரு மகள் பிறந்ததும், அவளும் இயற்கையை நேசிக்க வேண்டும் என்ற அவாவில் தன் உள்ளக்கிடக்கையை உமட்டுகிறாள்! பேரரசனுக்கு பெருமகிழ்ச்சி. செயற்கையான ஒரு பச்சை மலையைத் தன் மனைவிக்காக உருவாக்குகிறான். அடியில் ஒரு கிலோமீட்டர் விட்டம். 15 அடி உயரத்தில் 200 அடி விட்டம் குறைந்த வட்டம்... என்று அடுத்து அடுத்து செங்கற்களாலும் கருங்கற்களாலும் வட்டம் கட்டி, வளையம் அடுக்கி மண் கொட்டி விதவிதமான மரம் செடி கொடிகளை வளர்க்கிறான். பசுமையற்ற பாலைவனத்தில் அது ஒரு தொங்கும் தோட்டமாய் காட்சியளிக்கிறது. மகிழ்ச்சியில் தாயும் சேயும் பச்சை அம்மனும்! கூடவே அம்மன்னனும்.

இடிகுழி என்பது பச்சை அம்மன் செய்த ஒரு தலைகீழ் தொங்கும் தோட்டம்! இடி குழிக்குள் துணிச்சல் இல்லாதவர்கள் இறங்கிவிட முடியாது. குழிக்குள் இறங்குபவர்கள் கட்டாயம் விறகு கட்டும் கயிற்றை எக்காரணம் கொண்டும் எடுத்து செல்ல அனுமதி இல்லை! உங்களுக்கு அப்படி வீரம் இருக்குமானால் நீங்கள் மறக்காமல் உங்கள் உயிருக்கு நெருக்கமான இன்னொரு வரை கை பிடித்துக் கொண்டே இந்த கட்டுரையின் ஊடே பயணம் செய்யுங்கள்! உங்களுக்கு குகை காடுகளைப் பற்றி கொஞ்சமேனும் தெரிந்திருந்தால் நீங்கள் இடிகுழிகளை எளிதில் எண்ணிவிடமாட்டீர்கள்.

*குகைக்குள் இறங்கிய ஆராய்ச்சியாளர்கள் குழுவானது குழியின் அடிப்பகுதியை அடைந்ததும் அதை வெப்பமண்டல மழைக்காடாக வகைப்படுத்தியது, மரங்கள் மேல்நோக்கி

நீண்டு, உயரமாகவும் ஆனால் மிகவும் மெல்லியதாகவும் வளர்ந்துள்ளதாகவும் கண்டறிந்தது. குழியின் அடிப்பகுதியில் ஒரு 10 அடி உயர காட்டு வாழை மரப் போத்துகளையும், அதே போல் ஒரு அரிய வகை சதுர மூங்கில் புதரையும் கண்டுபிடித்துள்ளது. சதுர மூங்கிலில் புல்லங்குழல் செய்தால், அதிலிருந்து வரும் இசை எப்படி இருக்கும்! ஆனால், குழியின் அடிப்பகுதியில் நிலத்தடி நதியை இணைக்கும் குகை எதுவும் இல்லை, மேலும் இந்த குழியின் நிலத்தடி நதியானது திசை திருப்பப்பட்டு இருக்கலாம் என்று மதிப்பிடப்பட்டுள்ளது.

இடி குழியை கண்டுபிடித்து விடுவது எளிது. பொதுவாக தவட்டை என்று உள்ளூர் மக்களால் அழைக்கப்படும் காட்டுக் கொய்யா பெரிய மலை முகடுகளில் அடர்புதர்களாக வளர்ந்து நிற்கும். காட்டுவாசிகளாக ஐந்து பாண்டவர்கள் வசித்த பொழுது அவர்கள் விரும்பி உண்ட பழம் இதுவாம். பூவின் புல்லி வட்டம் எப்பொழுதும் பழத்தின் நுனியில் 5 இதழ்களைப் போல் காட்சியளிக்கும். பழம் பாண்டவர்களை நினைத்துக் கொண்டே இருக்கிறதாம்! மாறாக இடி குழிகளில் சுற்றி ஒரு வளையம் போல் வளர்ந்திருக்கும். புது மண் செழிப்பின் காரணமாக பழம் சற்று பெரிதாகவே இருக்கும். சற்று கீழே சென்றால் சரிவுகளில் வளர்ந்த காட்டு மரங்கள் வேரின் பலமின்றி குறுக்கும் நெடுக்குமாக சாய்ந்து கிடக்கும். மனிதர்களே நடக்கும் அளவிற்கு மரம் பாதை கொடுக்கும். ஆனால் பாசம் படர்ந்த வழவழப்பான மரத்தில் கிளைகளைப் பிடிக்காமல் நடப்பது என்பது கடினம்.

சமவெளியில் கிணறுகளில் இருக்கும் மின்சார நீர் ஏற்றிகளை ஆழம் இறக்கவும் ஏற்றுவதற்கும் பெரிய பெரிய வடங்களை பயன் படுத்துவதை பார்த்திருப்பீர்கள். (அண்மைக்காலமாக நீர்மூழ்கிகள் வந்து அக்கம்பக்கத்து கிணற்றுக்காரர்கள் ஒன்றாக சேரும் வாய்ப்பை குறைத்து விட்டது). பெருத்த வடங்களைப் போல் சில கொடிகள் கரும்பின் அளவிற்கே பருத்த கொடிகள் மரத்தைச் சுற்றி வளர்ந்து இருப்பதைக் காணமுடியும். தடிமனான அந்தக் கொடியை கைகளால் பிடித்துக்கொண்டு அதைச் சுற்றியிருக்கும் மரத்தை காலால் உந்திக் கொண்டு, மண்சரிவு பாதையில் வழுக்கி விழாமல், குழிக்குள் இறங்குவது அல்லது ஏறுவது என்பது கழைக் கூத்தாடியின் திறன்களுக்கு சவால் விடுவது!

பழம் பறிக்கும் சாக்கில் இளம்பெண்களின் வேடிக்கை கூடிவிடும். இளைஞர்களோடு மல்லுக்கட்டும் ஒரு சில துள்ளிகள்

ஆள் அரவமின்றி எந்தவித சலனமுமின்றி, கைகளாலும் கால்களாலும் தவழ்ந்து தவழ்ந்து கீழே இறங்கி விட்டு, ஆம்பளன்னா என்ன கொம்பா? என்று கீழ் இருப்பவர்களிடம் குத்துசண்டை வீராங்கனைகளை போல மல்லுக்கட்டி வம்பு இழுப்பார்கள். பிடித்தவன் பிடிபட்டால் அவ்வளவுதான்! உடும்புப்பிடி!

அடர்ந்த காடு என்பதாலும் காட்டு உயிர்களுக்கு மிகவும் அகப்புறமான இடம் என்பதாலும், திடீரென்று பறக்கும் ஆயிரக் கணக்கான பறவைகளை நாம் இனம்கண்டு உற்று நோக்க வாய்ப்பு இல்லை. பெரிய மரங்களின் வேர்களுக்கு அடியில் இருக்கக்கூடிய சிறு சிறு குகைகளில் காட்டுப்பன்றி இருந்து தெறித்து ஓடுவதற்கான வாய்ப்புகளும் அதிகம். அவைகளுக்காக காத்திருக்கும் செந்நாய், பெருநரி மற்றும் சிறுத்தைகளை பற்றி நான் விவரிக்க வேண்டியத் தேவை இருக்காது.

மண்சரிவுகளில் கீழே செல்லச் செல்ல கொஞ்சம் கொஞ்சமாக இருள் கூடும். முற்றிலும் மாறுபட்ட பல வகையான செடி கொடிகளை பார்க்க நேரிடும். ஊதா நிற கொடிகளையும் இலைகளையும் அதிகம் காண நேரிடும். குடியேறிகளால் கரும்புக்கொடி என்று அழைக்கப்படும் சுண்டு விரல் அளவிற்கு தடித்த காட்டுக்கொடியை விட்டுவிட இயலாது. அரை அடி அளவில் கரும்பைப் போலவே கணுக்கள் கொண்டிருக்கும். தளிரான தண்டை உடைத்து, மேல் தோல் உரித்து, பச்சையாக சுவைக்கலாம். புளிப்பும் இனிப்பும் கலந்த அந்த சுவை ஒரு மெய்ஞான நிலை. சக்கையை கூட துப்ப முடியாத ஒரு சுவை இன்பம்!

நம்மூர் பசலைக் கீரைத் தகுதி இழந்து அணிக்கொடி அழகியாய் மாறிவிட்டாள். தொல்குடிகளைப் போலவே கரும்புக் கொடியும் காட்டு இளவரசியாகவே வாழ்ந்து கொண்டிருக்கிறாள்! ஒற்றை வரி காட்டு ரோசாக்கள், குழி முழுதும் மணம் நிரப்பி, குடியர்களின் விருந்தோம்பலாய் திக்குமுக்காட விடும். டாலியாக்களை ஈரோப்பிய இறக்குமதி என்று நினைத்துக் கொண்டிருக்கிறோம்! அது நீலமலையின் இயல் வகை கிழங்கு செடி. ஒற்றை வரி டாலியாக் கிழங்கை தொல்குடிகள் இன்றுவரை காட்டுக் கிழங்கு என்று நம்பிக் கொண்டிருக்கின்றனர்.

இன்று உலகெங்கிலும் குதப்புவதற்கான அதக்கிகள் எண்ணிலடங்கா வகைகளில் கிடைக்கின்றன. அவை அனைத்தும் தொழிற்சாலைகளில் செயற்கையாக செய்யப்படுபவை.

இயற்கையாகவே அவ்வாறான அதக்கி ஒன்று நீலமலைகளில் உண்டு! சவ்வுப்பழம் என்று குடியேறிகளால் அழைக்கப்படும் அந்தப் பழம் ஒரு ஒட்டுண்ணி வகை கொடியிலிருந்து கிடைக்கக் கூடியது. ஈச்சங்காய் அளவில் முட்டை வடிவில் பச்சையாக இருக்கும் அந்தப் பழத்தை, அதன் கவர்ந்திழுக்கும் மணத்திற்காக, வல்லுனர்களால் மட்டுமே கண்டுபிடிக்க முடியும்! பத்து பழங்களை நீங்கள் வாயில் போட்டு அதக்கினால் ஒரு நாள் முழுவதும் குதப்பிக் கொண்டே இருக்கலாம். இரண்டு நாட்களுக்கு, வாய் ஏலக்காயை விட மேம்பட்ட மணத்துடன் ஏப்பம் விடும்!

பொதுவாக பன்னச் செடிகள் பச்சையாக மலையின் உச்சியில், அரை ஆள் உயரத்திற்கு, சிறு சிறு தோப்புகளாக வளர்ந்திருக்கும். நான் இத்தகைய இடிகுழி ஒன்றில்தான், என்னை மிகவும் வியப்பில் ஆழ்த்திய சிவப்பு நிற பன்னங்களை காண வாய்த்து. இரண்டு ஆள் உயரத்திற்கு வளர்ந்து இருந்த அந்த சிவப்பு நிற பன்னக்குத்தை, பல ஆண்டுகள் காடுகளில் திரிந்த நான் வேறு எங்கும் பார்க்கவில்லை. சேயோன் பறவைப் பயணம் செய்யும் அளவிற்கு ஒரு பறவை இருந்தால், அதற்கு சிவப்பாக தோகை இருந்தால் எவ்வளவு அழகாக இருக்குமோ அவ்வளவு அழகானது அந்தச் செந்நிற பன்னம். அதன் குருத்துக்கள் இன்னும் அழகானவை. மெல்லிய சிவப்புப் பாம்பு ஒன்று தன் உடல் முழுவதையும் உயர எழுப்பி, இரையைத் தேட நோட்டமிடும் தலையைப் போல காற்றில் அசைந்தாடும். நீல நிற பன்னங்களைப் பற்றி படித்திருக்கிறேன். ஆனால் நீலமலைக்காடுகளில் அவை எங்கு மறைந்து வாழ்கின்றன என்பது எனக்கு இன்னமும் தெரியவில்லை. இடிகுழிகளில் விலைமதிப்பற்ற கற்கள் கிடைத்ததாக கதைகள் உண்டு. தங்க கற்கள் கூட கிடைத்திருக்கிறதாம்.

ஏற்காடு வனப்பகுதிகளில் பூச்சிகளை உணவாக உட்கொள்ளும் செடி கொடிகளை பார்த்திருக்கிறேன். தனக்குத் தானே உணவை உற்பத்தி செய்யும் பச்சையம் இருக்கும்பொழுது இவைகளுக்கு ஏன் புலால் உண்ணிகளாக ஆசை வந்தது! பச்சையம் அங்கே பச்சை மதுவானதோ? இது போன்ற எண்ணற்ற வியப்பான உயிரினங்களை நீலமலைகளில் நான் உற்றுநோக்க தவறிவிட்டேன். தொல்குடிகளின் காடு சார்ந்த அறிவு பரவலாக்கப் படவில்லை. நீலமலையை, முழுவதும் உணர்ந்த விஞ்ஞானிகளும், ஏன் மெய் ஞானிகளும் கூட இல்லவே இல்லை!

இப்படியான இடிகுழி ஒன்றில், அதவை மரமொன்றில் தொங்கிக் கொண்டிருந்த, ஒரு ஆண் மற்றும் ஒரு பெண்ணின் எலும்புக் கூடுகளை வனத்துறையும் காவல் துறையும் மீட்டு சென்றதாக கதைகள் இருக்கின்றன. இடிகுழிகள் எப்பொழுதும் ஆவிகளால் நிறைந்தவை. அவைகளுக்கு விறகு கட்டும் கயிறுகள் மிகவும் பிடித்தமானவை! இடி குழிகளில் கையிற்றுக்கு தடை ஏன் என்பது இப்போது புரிகிறதா? இப்பொழுது வேண்டுமானால் நீங்கள் கை பிடித்து கூட்டி சென்றவரின் கைகளில் நடுக்கம் ஏதும் இல்லை என்றால், நீல மலையில் ஏதாவது ஒரு இடி குழிக்குள் வனத்துறை ஒப்புதலோடு பயணித்து பாருங்கள். உங்கள் கண்களுக்காவது நீலப்பன்னம் அல்லது நீல வைரம் காட்சியளிக்கட்டும்.

நீலமலையின் ஆற்று படுகைகளிலும் மலை அடிவாரங்களிலும் ஆதி மனிதனுக்கு கார்நீலியன் என்ற அரிய வகை விலைமதிப்பற்ற கற்கள் குவியல் குவியலாய் கிடைத்திருக்க வேண்டும். நாகரிகத் தொட்டில்களான எகிப்த்திய சுமேரிய சிந்துவெளி பேரழகிகளின் வருடல்களிலும் நீலமலை இடிகுழிகளின் இடியும் மின்னலும் ஒளிஒலித்திருக்கவேண்டும்.

*குவாங்சி டெய்லி செய்தித்தாள் செய்தி

பூவாளி | 8

குச்சியில் படரும் பட்டாணிக் கொடி.

மூடுபனி

மலையெங்கும் வெண்பஞ்சு போர்த்திய ஒரு நாளின் காலை நேர ஏழு மணி. பட்டாணிச் செடிகளுக்கு பூவாளியால் நீர் தெளிக்க வேண்டும். மலை எங்கும் மருந்து தெளிப்பான்கள் தேனீக்களாய் ரீங்காரமிட, குனிந்து துணி துவைத்துக் கொண்டிருந்தாள் அந்தக் காதலீ... நான் என் இருப்பை அறிவிப்பதற்காக, ஒவ்வொரு முறையும் நீர் நிரப்பும் பொழுது, பூவாளியின் வினோத ஒலிகளை எழுப்பி, பல்வெறு இசை வித்தைகள் செய்து பார்க்கிறேன்.. அவள் திரும்பாமலேயே இருக்கிறாள்... அவளது பெற்றோர்கள் அருகிலேயே வேலை செய்து கொண்டிருக்கிறார்கள். தாங்கள்

அந்த பெண்ணுக்கு பாதுகாப்பாக இருக்கிறோம் என்பதை உணர்த்த அடிக்கடி, தொலைவில் இருந்தவாறு பேச்சுக் கொடுத்துக் கொண்டிருக்கிறார்கள். கன்னடத்தில்.

அவள் ஆடைகளை இறுக்காமல் அடித்து துவைக்கிறாள்.... கொலுசுகள் சிணுங்க பட்டுத் தெறிக்கும் துளிகளில் அவ்வப்பொழுது சிறு வானவில் தோன்றி மறைகிறது... கிழக்கே சூரியன், கருமேகங்களோடு கண்ணாமூச்சி விளையாடுகிறது. ஒரு சாலுக்கு ஒரு பூவாளி என்ற விகிதத்தில் நீர் தெளித்தால் போதும். நான் மூன்று முறைக்கு மேல் தெளித்து விட்டேன். வாளியில் பிழிந்த துணிகளை அடுக்கி, பாசம் படர்ந்த வழுக்கும் கற்கள் மீது மெதுவாக காலூன்றி அவள் ஓடையில் இருந்து மிக மென்மையாக விழிப்போடு வெளியேற திடீரென... அங்கே என் உள்ளம் வழுக்கி விழுந்தது.மொட்டொரைக்கு அண்மையில் குடிபெயர்ந்த குடும்பம் அவளது.

வருவதைத் தெரிந்து எதிர்த்திசையில் சென்று பாடினேன். நண்பர்களை வைத்துக் கொண்டு சாடையாக பேசினேன்.அவள் கேட்குமாறு மறைமுகமாக புகழ்ந்து தள்ளினேன், எதற்கும் மசியாமல் தனக்கு எதுவுமே தெரியாது என்பதை போல் போக்கு காட்டினாள். நிறைய கவிதைகள் எழுதினேன். மலர்களை வரைந்தேன். மலர்களை முகர்ந்து அந்த இதழ்களைக்கொண்டே நிறம் தீட்டினேன். உண்மையில் அவள் ஓர் ஒப்புமையற்ற மணமும் மென்மையும் கொண்ட இந்தப் பூவுலகின் அரிய ஒற்றை மலர். மகிழ்ச்சியும் பொறாமையும் ஒன்றாய்ப் பொங்க, நண்பர்கள் யார் என்று கேட்டு நச்சரித்தனர்.சலனமற்று இயங்கும் ஒரு பெண்ணின் பெயரை உச்சரிக்க எனக்கு உள்ளம் இடம் தரவில்லை.

வேசைக்காலம்

கெண்டப்பனிப் பொழியும் கடுங்குளிர்.வேலிகள் பிரிக்கப்பட்டு குறுக்கும் நெடுக்குமாக திடீர் தடங்கள். முள்ளங்கித் தட்டைகளை எரித்து குளிர் காய்ந்து கொண்டிருக்கிறோம். நிலாவொளியில் அவளது வெட்கவொலி.தோழிகளோடு குலுங்கிக் கொண்டிருந்தாள். தீ கனன்றுக்கொண்டிருந்தது .முள்ளங்கி ஒன்று வெடித்துச் சிதறியது, அருகில் சென்று, எனக்கு நன்கு பழக்கப்பட்ட, அவளது தோழிகளுடன் பேசினேன். மறுநாள் அவர்கள் சோலைக்கு விறகுச் சேகரிக்க செல்வதாகக் கூறி, என்க்கு சடைசாடையில் அழைப்பு தந்தார்கள். என் நண்பர்களுடன் தயாரானேன்.

போகிற வழியில் நிறைய பேசினோம். அவள் படிப்பில் கெட்டிக்காரி என்பதும், உதகை புறநகர் பகுதியில் வேளாண்மையால் நட்டம் ஏற்பட்டு, கடன் தொல்லைத் தாங்காமல் இந்த ஊருக்கு இடம் பெயர்ந்து இருக்கிறார்கள் என்பதும் தெரிய வந்தது. நீலமலைகளில் பள்ளி கல்லூரி மாணவர்கள் வயல் வேலைக்கு செல்வது இயல்பானது. ஆனால் அவளை அப்படி அனுப்பாமல் செல்லமாக வளர்த்து இருக்கிறார்கள் என்பது தெரியவந்தது. சோலைக்கு இப்போதுதான் முதல் முறையாக வருகிறாள் என்பதையும் தெரிந்து கொண்டேன்.

காய்ந்த சீகைக்கம்புகளை சேகரிக்க சென்றிருந்தோம். அவளுக்கு விறகு சேகரிக்கத் தெரியவில்லை என்பதால் எல்லோரும் சேர்ந்து சேகரித்தோம். நானே கம்புகளை அடுக்கி நார்க்கயிறால் கட்டு கட்டினேன். வெட்டவெளி ஒன்றில் சிறிய மான்கொம்பு ஒன்று எனக்கு கிடைத்தது. அதை நான் அவளுக்கு பரிசாக அளித்த பொழுது மிகவும் வெட்கப்பட்டு மறுத்துவிட்டாள். தோழிகள் எவ்வளவோ எடுத்துச் சொல்லியும் அவள் மறுத்துவிட்டாள். பின் நாட்களில் அந்த மான்கொம்பை வேண்டும் என்று அடம்பிடித்து பெற்றுக்கொண்டாள். அது வேறு கதை.

புதியவர்களுக்கும், வயதில் முதிர்ந்தவர்களுக்கும் முதலில் கட்டுத் தூக்கிவிட வேண்டும் என்பது மலைவாழியல்பு. இவள் ஒவ்வொரு முறையும் மறுத்தாள். ஆங்காங்கே கிடைத்த காட்டுக் கொய்யா, காட்டு ஆரஞ்சு, ஆகியவற்றை நாக்கு சொட்ட நனி சுவைத்தாள். சற்று அடர்ந்த சோலை பகுதியில் சுனை ஒன்றில் நீர் பருக சுமை இறக்கினோம். சற்று கீழிறங்கி இரண்டு மூன்று ஓட்டைக் கொடிகளை (நீலகிரி மலைச்சரிவுகளில் வளரும் ஒருவகை மூங்கில் செடியின் இளங்குருத்து) பறித்துவந்து, தோல் உரித்துத் தந்தேன்.

வைத்த கண் கொட்டாமல் என்னை பார்த்துக்கொண்டே அதை சுவைத்த அவள், உரிபட்ட தோலை, புலி நகம் போல் தன் விரல்களில் சொருகிக்கொண்டு, ஒரு புலிப்பார்வை பாய்ந்தாள். கடைசியாய் அவளுக்கு கட்டு தூக்கி விட்ட பொழுது, கட்டை வேண்டுமென்றேச் சாயவிட்டாள்.. என் மீது விழாமல் நாவல் மரக்கிளை தடுத்து காத்தது, அவளது சும்மாட்டை சரியாக கோலி நான் அவள் தலைக்கு அருகே கொண்டு போன பொழுது, கண் கலங்கினாள்... அதற்குப் பின் அவள் ஒரு நாளும் சோலைக்கு வந்ததே கிடையாது.

கோ.நடராசன் | 41

வசந்தம்

வயலாடிகள் முதல் மழைக்காக காத்துக் கொண்டிருந்தனர். மேகங்கள் திரள்வதும் கலைவதுமாக பூச்சாண்டி காட்டியது. நாற்றங்கால்களில் மலை காய்கறி நாற்றுகள் முதிர்கன்னிகள் போல் காத்துக்கொண்டிருந்தன. வெங்கிச்சங்கல் ஓடையிலிருந்து, மாரியம்மன் குடியழைத்து வரப்பட்டாள். கள் மயக்கத்தில் ஆண்களும், கடவுள் மயக்கத்தில் பெண்களும் சாமியாட, பேயாடிகள் சாட்டையடி வாங்கி, எரியும் கற்பூரத்தை விழுங்கி நிலை குலைந்தனர். குங்குமக் குருதி வழிய, நறுக்குற்ற எலுமிச்சைகள் குலச்சாமிகளை வழியனுப்பின, முத்தங்களை காவு கேட்ட காதலாடிகள்! முக்காடு போட்டுகொண்ட சைட்டிசஸ் புதர்கள்! அம்மன் கோயிலுக்கு வர வர, அத்திக்கட்டி ஆலங்கட்டியாய் ஆடித் தீர்த்தது மேகம். இளமைச் செய்திகள் ஊரில் பொய்களாய் பெருக்கெடுக்க பெரும் மனச்சரிவு.

இரு வீடுகளிலும் கண்டிப்பு இரட்டிப்பு ஆனது. என்னை அவள் மயக்கி விட்டாள் என்று என் சாராரும், ரொம்ப தங்கமான பெண் அவளை நான் சீரழித்து விட்டேன் என்று அவள் சாராரும் முட்டி மோதிக் கொண்டார்கள். அந்த சிற்றூர் இரண்டு பட்டது. வயலாடிகள் கட்டுக்கட்டாய் கதைகளை வெடித்தனர். அவளது தோழியர் வட்டம் சிதறுண்டது. எனக்கு நண்பர்கள் பெருகினர். எல்லா முன்னேற்பாடு வசதிகளையும் பெருமளவிற்கு, என்னை நாயகனாக்கி விட்டார்கள். கோவில் கிடா விருந்தை ஒரு குழுவினர் புறக்கணித்தனர். பெரியவர்களின் இடையீடுகள் தோற்றுப்போக, அவள் வீட்டிற்குள் அகதியானாள்.

கோடை மழை

காற்றாய் அடித்தது. மேகங்கள் வானத்திலேயே நகர்ந்தன. தூவாணமாய்ப் போனது ஒரு பருவ மழைக் காலம். தவறான முன் கணிப்புகள். அதிக விரிசல்கள். முறுகல்கள். மொழி. நிறம். அவளை மைசூர்ப் பகுதியில் ஏதோ கல்லூரியில் சேர்த்துவிட்டு அரசினர் விடுதியில் விட்டுவிட்டனர். ஓராண்டு அவள் மலை பக்கம் திரும்பவே இல்லை. ஆங்கில இலக்கியத்தில் இளங்கலை முடித்திருந்த சொற்ப மாணவர்களில் நானும் ஒருவன். ஆனால் மனதளவில் உடைந்து போயிருந்தேன். சமவெளியில் இருந்த பெற்றோர்கள் நடந்தவற்றை எல்லாம் கேள்விப்பட்டு அதிர்ந்து போனார்கள்.

கோடை வெயில்

வெப்பம் மிகுந்திருந்தது.திருச்சியில் புழுதிக் காற்று. பாரதிதாசன் பல்கலைக்கழக வளாகத்தில் முதுகலைப் பட்டப் படிப்பில் சேர விண்ணப்பித்திருந்தேன். ஒரு இருட்டு சந்திப்பில் ஆகச் சிறந்த மனிதன் நான் என பாராட்டிய அவள், நான் வெற்றி பெறுவேன் என்றும், நான் வரும் வரை, தான் காத்திருப்பதாகவும் நா தழுதழுத்தாள். அவ்வாண்டு பல்கலைக்கழகம் சேர்க்கையை நிறுத்தி வைத்தது.

ஓராண்டு சமவெளியில் காலம் தள்ளினேன். கால்நடைகளை மேய்த்துக் கொண்டும் வயல்வெளிகளில் வேலை செய்தும் செலவுக்குக் கூட பணம் இன்றி தவித்தேன்.எனது கல்லூரிக் காலங்களில் நண்பர்கள் அதிகம். நாள்தோறும் உதகை காய்கறி சந்தைக்கு பட்டாணிக்காய் அல்லது மலை அவரைப் பிஞ்சு எடுத்து செல்வேன். சட்டைப் பையில் எப்போதும் பணம் இருந்து கொண்டே இருக்கும்.நட்பும் காதலும் அற்ற ஒரு பாலைவனத்தில், நான் பையப்பைய புழுத்துக்கொண்டிருந்தேன். நினைவுகள் பிணந்திண்ணி கழுகுகள்.

நீலமலையை கொஞ்சம் கொஞ்சமாக நான் இழந்தேன். சமவெளியில் என் உறவினர்கள் அனைவரும் எனக்கு ஆதரவாக குரல் கொடுக்க, என் தந்தை தனது வயலில் ஒரு ஏக்கர் நஞ்சை நிலத்தை அடகு வைத்து பணம் வாங்கி, என்னை கல்வியியல் பட்டப் படிப்பு படிக்க புதுக்கோட்டைக்கு அனுப்பி வைத்தார். படிக்கும் காலத்திலேயே நான் அங்கேயே ஆங்கிலம் பேசும் பயிற்சி நடத்தினேன்.. கல்லூரியில் நடந்தஅனைத்துவகைபோட்டிகளிலும் பங்கேற்றேன். உதகை ஆங்கிலம் என்னை தனித் துவனாக்கியது. பேராசிரியர் ஜம்புநாதன் அவர்கள், புதுக்கோட்டை மாவட்டத்திலேயே, ஆலங்குடி என்ற ஊரில், எனக்கு தனியார் பள்ளி ஒன்றில், ஆசிரியர் பணி ஒன்றைப் பெற்றுத் தந்தார்.

வலசை

என் ஆசிரிய நண்பர்கள் ஒரு சிலருடன் நான் மீண்டும் நீலமலை சென்றபொழுது அவள் குடும்பம் அங்கிருந்து இடம் பெயர்ந்து விட்டது. எனது நண்பர்கள் மற்றும் உறவினர்கள் பலர் அவளது திருமணத்திற்கு சென்றதாகவும் கேள்வியுற்றேன்.என்னை பற்றி அவள் கீத்துல கெனாவுல கூட நினைப்பதில்லை என்று ஒரு சிலரும், ஒனக்கு அதிஸ்ட்டமில்ல என்று ஒரு சிலரும், குடித்துவிட்டு உளறுவதெல்லாம் மறந்து பல ஆண்டுகள் ஓடிவிட்டன.

எனது எல்லா ஆங்கில இலக்கண வகுப்புகளிலும், எடுத்துக்காட்டு வாக்கியங்கள் அமைக்கும் பொழுது, உதகை என்ற சொல் தவறாமல்

இடம்பிடிக்கும்.எல்லா மாணவர்களுமே உதகைக்கும் உங்களுக்கும் அப்படி என்ன தொடர்பு என்று வினவி இருக்கிறார்கள். பல நிற பூக்கள் நிறைந்த பூக்காடு அது. இந்த பேரண்டம் முழுவதும் நீக்கமற நிறைந்திருக்கும் கருப்பூ. கைபிடிகளில் வைரம் பதித்த ஒரு தங்கப் பூவாளி. சில நேரங்களில் தேன் சொரியும். சில நேரங்களில் மின்னல் பொழியும். வகுப்புகளில் ஆங்கிலமது அருவியாய் கொட்டும். எழுத்துக்களில் தமிழமுதாய் ததும்பி வழியும், ஒரு மாயப்பூவாளி அது.

கண்கொத்திகள் | 9

மலைப்பேருந்து

இனிப்பு பட்டாணி கொடி ஒரு பணப்பயிராக பயிரிடப் பட்டது. அதில் ஊடுபயிராக வாட்டெக் அவரை இனம் பயிரேறியது. முக்கால் அடி நீள அளவில் சடை சடையாய் காய்த்து தொங்கி நல்ல விளைச்சல் தந்தது. அதன் தளிரை'தகர்'என்று மலை மக்கள் அழைப்பது வழக்கம். அதற்கான தேவை அதிகரித்துக் கொண்டே போனது. ஏனெனில் அது எளிதில் உடைபடும். அதிகமாக நார் வராது. மேலும் முற்றிலும் மாறுபட்ட சுவையைத் தரக்கூடியது. கூடுதலாக பச்சை நிறம் அதிகமானது. சற்று உருண்டு திரண்டு இருக்கும். ஒற்றை வரியில் அவரை கவர்ச்சிக்கன்னி என்று சொல்லி விடலாம். நீலமலையின் முதன்மை பயிராக அப்பொழுது

உருளைக் கிழங்கு இருந்தது. அதிலும் ஊடுபயிராக இந்த வாட்டெக் ஆதிக்கம் செலுத்தியது. பெரும்பாலான அவரை இனங்கள் அதன் பருப்பிற்காகவே பயிரிடப்படும். இந்த தகர் வகை பண்ணையில் வளரும் வெள்ளை கோழிக்கு சமமானது. தகருக்காக மட்டுமே பயிரிடப் பட்டது. உள்ளே பருப்பு ஊறாது. விதையை, விதை தயாரிக்கும் நிறுவனங்களிடம் இருந்துதான் வாங்கவேண்டும். திருவிழா காலங்களில் கிலோ பத்து ரூபாய் அளவிற்கு கூட விலை போகும். அந்தக் காலத்தில் அது ஒரு சிறந்த, திடீரென்று தங்கக் காசுகளை வாரி வழங்கும் திருமகள் திட்ட திடீர் பயிர்தான்!

மழை நாட்களில் செம்மண் படிந்து விடும் என்பதாலும், அதற்கு தொடர்ந்து பூச்சிக்கொல்லி மருந்து அடிக்க வேண்டிய தேவை இருந்ததாலும் தகர் அறுவடையின் பொழுது மென்மையாக தண்ணீரில் கழுவி சந்தைக்கு அனுப்பப்படும். வயலாடிகள் வாரம் ஒரு முறை ஐந்து முதல் பத்து மூட்டை வரை சரக்குந்துகளில் ஏற்றி மேட்டுப்பாளையம் தற்காரி மண்டிகளில் விற்பதற்கு அனுப்புவார்கள். உருளைக்கிழங்கு மண்டிகளில் போல் அல்லாமல், இவ்வகை மண்டிகளில் உடனடியாக பணம் பட்டுவாடா செய்து விடுவார்கள். நான் இளைஞன் என்பதாலும் படித்தவன் என்பதாலும் என் உறவினர்கள் நான்கு அல்லது ஐந்து பேர் கூட, விற்று பணம் வாங்கி வரும் பொறுப்பை என்னிடம் ஒப்படைத்து விடுவார்கள். சரக்குந்துகளில் பயணம் செய்ய எப்பொழுதாவது வாய்ப்பு கிடைக்கும். பெரும்பாலும் மூட்டைகளோடு மூட்டைகளாய்தான் பயணிக்க வேண்டும்! நண்பர்கள் சேர்ந்து விடும்பொழுது இவ்வாறான மூட்டைப் பயணம், சேட்டைப் பயணமாகிவிடும்.

வெவ்வேறு உறவினர்களின் மூட்டைகளை வெவ்வேறு மண்டிகளில் இறக்க வேண்டும். எடை பார்க்க வேண்டும். குறியீடு போட வேண்டும். வாடகைப் பணம் பெற்றுத்தர வேண்டும். இரவு வேலை இத்தோடு முடிந்தது. காலையில் எட்டு மணி அளவில் ஏலம் ஆரம்பிக்கும். வணிகர்களுக்கு தேவை அதிகமாக இருந்தால் இறக்கப் பட்ட இரவே ஏலத்திற்கு முன்பாக விலை பேசி எடுத்துக்கொள்வார்கள். இல்லையென்றால் எல்லா கடைகளுக்கும் சென்று இந்தக் கடையில் இந்த விலை என்று சீட்டு குறித்து வைக்க வேண்டும். அன்றே பட்டியலும் பணமும் வாங்க வேண்டும். இவையெல்லாம் சுமையாக இல்லாமல் மிக எளிதில் முடிந்து விடும். அப்படி என்றால் வேறு ஏதோ ஒரு சுமைச்சுவையான நிகழ்வு இருக்கிறது என்று தானே பொருள்?

மலையில் தைக்கப்பட்ட சாக்குகளுக்கு மண்டியில் தையல் பிரிப்பு நடைபெறும். அவற்றை நீளவாக்கில் ஒன்றின் மேல் ஒன்றாக அடுக்கி, மிகவும் இறுக்கி நெருக்கி சுற்றி, விறகுக்கட்டைப்போல் சரடு கொண்டு மீண்டும் இறுக்கிக் கட்ட வேண்டும்! ஏனெனில் மலையேறும்போது பேருந்துப்பயணம்! பேருந்து இருக்கைக்கு அடியில் அதைத்திணிக்க வேண்டும்! பல பேருந்துகள் மண்டிகள் இருக்கக்கூடிய பகுதியான காந்தி மைதானத்தில் நிற்காமலேயே போய் விடும். நிற்கும் பேருந்துகளின் நடத்துனர் 'ஆள் மட்டும் ஏறுங்க, பொதிகளை குறிப்பாக சாக்கு கட்டுகளை வைக்க இடமில்லை'என்று இரக்கமே இல்லாமல் பேருந்துப்பேரூது ஊதி விடுவார்!

மலையாடையுடனே நாங்கள் இறங்கி விடுவோம்! ஏனெனில், குன்னூர் செல்லும் வரை சரக்குந்தின் மேல்பகுதியில் நிலவும் கடும் குளிர். மேட்டுப்பாளையம் சென்று விட்டால் மனிதர்கள் மட்டுமல்ல கொசுக்களும் கூட மலையர்களை கண்டுபிடித்து விடும். வியர்வையின் மணம் அந்த அளவுக்கு வீரியமிக்கதாய் இருக்கும்! காலணிகளை கூட கழற்றாமல் தான் தூங்க முடியும்! மலையேற்ற பாதையில் எங்களைப் போலவே மலையாடை அணிந்திருக்கும் ஓட்டுனருக்கும் நடத்துனருக்கும் ஏனோ எங்களது மலைநிலை மட்டும் தெரியாமலேயே போய்விடும்!

அப்பொழுதெல்லாம் சேரன் போக்குவரத்து கழகம் என்ற பெயரில் பேருந்துகள் இயங்கிக் கொண்டிருந்தன. இன்று பெருவழிப் பாதைகளில் விர்... விர் ... என்று பறக்கும் மகிழுந்துகள் அன்று இருக்க வில்லை. பெரும்பாலும் சேலம் வரையிலான மக்கள் கோடை விடுமுறையை கழிக்க பேருந்தில் வருவது தான் அன்றைய சூழல். மேட்டுப்பாளையம், கோவை, ஈரோடு ஏன் பாலக்காடு,மைசூர் போன்ற இடங்களுக்குக்கூட புத்தம் புதிய பேருந்துகள் அனுப்பப்படும்!

பேருந்தை மகிழுந்தாக மாற்றும் திட்டங்கள் இருந்தன! சரிசரி! மகிழ்ச்சி உந்தாக மாற்றும் திட்டங்கள் இருந்தன என்று மாற்றிக் கொள்வோம்! உதகை சுற்றுலா பயணிகளுக்கு வரவேற்பு தடபுடலாக இருக்கும்! நடத்துனர் முதலில் ஒரு நீலமலை ரோசாப்பூவையும் பிறகு நான்கு எட்டாக மடிக்கப்பட்ட ஒரு நெகிழிப்பையையும் அக நெகிழ்ச்சியோடு அளிப்பார்! அதில் ஒரு சீப்பும், திருநீறு மடிக்கப்பட்ட காகிதத்தை போல் மடிக்கப்பட்ட காகிதத்தில் கொஞ்சம் முகப்பூச்சு பொடியும், ஒரு வோமெக்சா மாத்திரையும், இருக்கும். நடத்துனரால் வாந்தி எடுப்பவர்கள்

மாத்திரை போட்டுக் கொள்ளுங்கள் என்ற அறிவுரையும் சேர்ந்த, பொற்கிழி வழங்கப்படும். நடத்துனர்களால் அழகிகள் தேவதைகளாக நடத்தப்படுவர். சுட்டெரிக்கும் சமவெளி கத்தரி வெயிலில், நடத்துனர்கள் உதகையின் மலர் பூங்காவிற்குள் பயணித்துக் கொண்டிருப்பார்கள்! அரசு பணியாளர்களின் வரவேற்பின் பேருவகையில் தள்ளாடும் சுற்றுலாப் பயணிகள், மலையரசியின் வரவேற்பை நினைத்து பூரிப்பு அடைவார்கள். பேருந்து நிலையங்களில் கூட்டம் வரிசையில் காத்துக் கொண்டிருக்கும்! ஒரு பேருந்தில் இருக்கைகள் நிறைந்ததும் அடுத்தப்பேருந்து தயாராகும்! தள்ளுமுள்ளு இல்லாமல், அதே நேரம், முன்கூட்டியே பயணச்சீட்டு ஒதுக்கு முறையும் இல்லாமல் மிக நேர்த்தியாக பயணிகளை பேருந்து ஏற்றும் ஒரு வசதி இருந்தது. சுற்றுலா பயணிகளின் மிகை ஆர்வத்தால் பேருந்துகளின் வயிறு உப்பிவிடும்! எங்களுக்கு எங்கே இடம் இருக்கும்?

கல்லூரி பயண அட்டையை காட்டியோ, நண்பர்களின் உறவினர்கள் எவராவது ஓட்டுநராக நடத்துனராக இருக்கிறார்களா என்ற வாய்ப்பை பயன்படுத்தியோ, சில நேரங்களில் நடுச்சாலையில் நின்று, சாக்கு கட்டுகளை அடுக்கி வைத்தோ, அச்சுறுத்தியோ தான் பேருந்தில் ஏற முடியும்! நின்று கொண்டு தான் பயணம் செய்ய முடியும்! குபீரென்று இளம் பெண்களிடம் இருந்து கிளம்பும், மலையாளமும் கொங்கு மொழியும் கலந்த நையாண்டி சிலேடைகள், அப்படியே பேருந்தில் இருந்து தாவி குதித்து விடலாமா என்ற மன அழுத்தத்தை உருவாக்கும். குளிரை போர்த்திக் கொண்ட சரக்குந்துப் பயணம் மற்றும் இரவு முழுவதும் கொசு முத்தங்கள் என்று எங்கள் முகங்கள் கொப்புலங்கலாய் வெட்கப்படும். மதுவாடிகளின் கண்களாய் தூக்கம் கண்ணை சொக்கும். மலையாள மலர்களாவது கொங்குக் கொசுவங்ககளாவது என்று நாங்கள் யானை தூக்கத்திற்கு சென்று விடுவோம். மேல் உள்ள பிடிப்பு கம்பியை பிடித்துக் கொண்ட வலது கை யானையின் தும்பிக்கையாய் மாறும், அருகில் இருக்கும் தாங்கு மரத்தில் உடலை சாய்த்து எச்சரிக்கையுடன் சமன் செய்துகொண்டு, முன்னும் பின்னும் பேருந்தில் சாய்வுக்கு ஏற்ப உடலை சாய்த்துக்கொள்ள வசதியாக கீழே இருக்கை பொருந்தும் இடங்களில் இரண்டு கால்களையும் ஊன்றி இருப்போம்.கீழே விழாமல் மலைப்பயணம் செய்யும் நிபுணத்துவங்ககள் இவை. பேருந்து கிழக்கு மேற்காகப் பயணித்தால் நாங்கள் வடக்கு தெற்காக நின்று கொண்டிருப்போம். பர்லி வந்தவுடன் இறங்கி

தேநீர் ஆவியோடு கொஞ்சம் புகையையும் கலந்து விட்டு, பேருந்துக்குள் நுழைந்தால், காலதரோர இருக்கைகளில் அமர நாற்காலி போட்டிகள் தீவிரமாய் நடந்து கொண்டிருக்கும். பாதி இளசுகள் அசதியாகி அரை மயக்கத்தில் இறங்கிச் சென்று வாயில் ஆட்காட்டி விரல் விட்டு, குமட்டிக் கொப்பளித்துக் கொண்டு இருக்கும்! தண்ணீர் புட்டிகள் இல்லாத காலம். ஓடை நீர் திடீர் தாதியாகி, இவர்களின் வாய்களை கழுவிக் கொண்டிருக்கும். உதட்டுச் சாயம் கொஞ்சம் கொஞ்சமாக நழுவிக் கொண்டிருக்கும்!

அதன் பிறகு பேருந்தில் உவ்...வே உ....வ்...வே என்று குமட்டும் சத்தம் கொஞ்சம் கொஞ்சமாக பெருகிக்கொண்டே வரும். சாளரத்தின் வழியே ஒன்று இரண்டு தலைகள் நீளும்! வாந்தி எடுப்பவர்கள் நெகிழிப்பையை பயன்படுத்துங்கள் என்று நடத்துனர் மென்மையாக எச்சரிப்பார். அதற்குள் ஒன்று இரண்டு பின்பக்க தலைகள் மீது, விதவிதமாய் உணவுகளால் கோலம் போடப்படும்! அது சடைகளில் வழியும் அழகே அழகு! மூலவர்களை ஐந்தமிழ்தில் குளிப்பாட்டும் காட்சிக்குத்தான் எவ்வளவு முண்டு மோதல்கள்? 'சன்னலை மூடு சன்னலை மூடு' என்று கலகக் குரலும், வாந்தி எடுப்பதற்கென்று, மலைப்பாதையில் ஆங்காங்கே, பெண்களுக்கு ஓய்வறைகள் கட்டப்பட வேண்டும் என்ற முற்போக்கு கருத்துக்களும் வெளிப்படும்! தலை சுத்துது, கொஞ்ச நேரம் நிறுத்த மாட்டீங்களா? என்ற பெருமூச்சுகள் வெளிப்படும்!

மச்சான்! எத்தனையாவது கொண்டை ஊசி வளைவுடா? என்ற கேள்விக்கு நாங்கள் பெரும்பாலும் முக்கால் மயக்கத்திலேயே சரியாக விடை சொல்வோம்! பேருந்தின் சத்தம், அதன் சாய்வு நிலை, வளைய எடுத்துக் கொள்ளும் நேரம் மற்றும் பயணம் தடைபடும் நேரம் ஆகியவற்றை வைத்து எங்களால் துல்லியமாக கூற முடியும்! குமட்டுபவர்களுக்கு மேல் குடல் கீழ் குடலாகும். காட்டேரி செல்லும் வரை மலைகள் காட்டேரிகளாகவே கோரமாய் காட்சியளிக்கும். காட்டேரியில் தான் நீலமலை தன் தோழிகளுடன் வந்து, சில்லென்ற குளிர் காற்றைத்தூவி, தேவதையாய் மறு பிறப்பு எடுப்பாள்.

இடை இடையே மலைத்தொடர்வண்டி, பொதி சுமக்கும் கழுதைகளைப் போல ஊர்ந்து செல்லும். மனிதர்கள் நடக்கும் வேகத்தில் தான் புகை வண்டி போய்க் கொண்டிருக்கும். பச்சையத்தின் மீது புகை வண்டிக்கு அவ்வளவு ஏன்

கோ.நடராசன் | 49

வெறுப்பு!காதல் தோல்வியாகக்கூட இருக்கலாம்! புகையை கக்கி வனமெங்கும் கருப்பு நிறத்தில் முக்காடு போட்டு விட்டுப்போகும். துடிப்பான இளைஞர்கள் சிலர் இறங்கி, பின்னால் இருப்பு பாதையில் ஓடிக்கொண்டிருப்பார்கள்! குறுக்கு நெடுக்காக ஓடி அடுத்த புகைவண்டி நிலையத்தில் அசட்டையாக ஏறிக்கொள்ளலாம்!

பேருந்து, குன்னூர் சென்றடைந்ததும் பாதி கூட்டம் இறங்கும். பல நெகிழிப்பைகள் செரிக்காத உணவிற்கு விடுதலை தரும்! சில நெகிழிப்பைகள் மண் அள்ளி வந்து பேருந்தில் மண் கோலம் போடும்! களைத்துப்போன முகக்கலையை முகப்பூச்சு களையும். சரிந்த கூந்தலை சீப்புகள் செப்பனிடும். மலைக்காற்று காதுகள் துணி சுற்றப்பட்ட மத்தளதைப்போல அடைத்துக்கொள்ளும். புதுப் பயணிகள் உள்ளங்கைகளை உரசி, காதுகளில் தொற்றி, வெது வெதுப்பு கூட்டுவார்கள். வெட்டியாய் பேருந்து நிலையத்தில் சுற்றிக் கொண்டிருக்கும் கல்லூரி நண்பர்களை டோபமைன் ஆட்கொள்ளும். அமெரிக்க ஆங்கிலத்தில் எல்லா கெட்ட சொற்களும் வெளிவரும்! நாங்கள் திடுதிப்பில் கௌபாய் கதாநாயகனாக மாறுவோம்! வாந்தியால் வாய் வறண்ட இளம் பெண்களின் கூட்டம் வாயடைத்துப் போகும்!

அதுபோன்ற காட்சிகளில் சுருட்டுகள் இல்லை என்றால் எப்படி? குன்னூர் குளிருக்கு வளையம் விட்டால்தானே வளைய வருவார்கள்! நண்பர்கள் உதவியுடன் நடத்துனருக்கும் ஓட்டு னருக்கும் சிறப்புத்தேநீர், கொதிக்கும் குவளையில் இருக்கும் இடத்திற்கே வரும்! ஓரிரு நிமிடங்களில் பேருந்தில் காட்சிகள் எல்லாம் பின்நவீனத்துவ இலக்கியம் போல் தலைகீழாக மாறிவிடும்!

உட்காருவதற்கு இடம் இருந்தாலும் நாங்கள் அமர மாட்டோம். சுமாரான சமவெளியில் செல்வதைப் போல் பேருந்து குன்னூரில் இருந்து உதகை வரை வளைந்து வளைந்து செல்லும். இடையிடையே ஏறும் கல்லூரித் தோழிகளை கலாய்த்து எடுப்போம்! காட்டுமிராண்டிங்க! உங்களுக்கெல்லாம் எப்படிடா வெள்ளைக்காரன் குடியிருந்த கட்டிடத்தில் இடம் கிடைக்குது? என்று எதிர்தாக்குதல் கூட, பயணிக்கும் ஒன்று இரண்டு பெற்றோர்கள் சந்தை நிலவரத்தை விசாரிப்பார்கள். சுற்றுலாப் பயணிகளில் பலர் எங்களோடு பேச்சுக் கொடுப்பார்கள். நீங்கள் ஒருவர் கூட கல்லூரி மாணவர்களைப் போல் காட்சி தரவில்லையே என்று ஆதங்கப்படுவார்கள். கல்லூரிக்கு ஒருமுறை

வாருங்கள் என்று அழைப்பு கொடுப்போம். ஏனெனில் உதகை கல்லூரியில் வேலை நேரத்தில் மாணவர்களை சந்தித்த எந்த ஒரு பெற்றோரும் இவ்விதமான கேள்விகளை கேட்க மாட்டார்கள்! நடு நாள் உணவு இடைவேளையின் போது மேடையில் இசைக்கு ஏற்றவாறு இளைஞர்கள் ஆடும் வாய்ப்பு இருந்த ஒரே கல்லூரி அதுதான்! நிறம் பூசும் திருவிழா நாட்களில் கல்லூரியே வானவில்லாய் வெடித்து சிதறும்! பின் நாட்களில் இது போன்ற நிகழ்ச்சிகளுக்கு எல்லாம் தடை விதிக்கப்பட்டது வேறு கதை.

உதகை சுற்றுலா இடங்களைச் சார்ந்த நிறைய தகவல்களை கேட்பார்கள்.சொல்வோம். உதகை வந்ததும் அவரவர் இறங்க வேண்டிய இடத்தை எங்களிடம் சொல்லும் பொழுது சரியாக இறக்கி விடுவோம். நடத்துனர் ஒரு சில இடங்களில் மறுத்தாலும் கொஞ்சம் அன்போடு அவரிடம் கோரிக்கை வைத்து இறக்கி விடுவோம்.

திறன்பேசி இல்லாத தன்னெழுத்து வறலாற்றுக் காலம் அது. சமூக ஊடகங்களை பற்றி சொல்ல வேண்டியதில்லை. பெற்றோர்களிடம் பயணம் செய்யும் இளசுகளிடம் முகவரி யெல்லாம் கேட்டு வாங்குவதற்கு வாய்ப்பே இல்லை. கல்லூரியின் கடைசி ஆண்டுகளில்தான் தன்னெழுத்து குறிப்பேடுகள் தன்னெழுச்சியாக பெருமை பெறும்.ஏடு தவறும். எழுத்தாணி சாயும். குறிப்பேடுகள் கண்ணீர் வடித்த காலம் அது!

கொங்கு தமிழிலும் மலையாளத்திலும் ஆங்கிலத்திலும் என்று பல்வேறு மொழிகளில், கண்களுக்குள் கண்களை செலுத்தி விடைபெற்ற கண்கள் ஓராயிரம்! ஆழ்மனம் ஒரு ஆயிரம் கண் கொண்ட மாரி! செய்யறிவு மேம்படும் தொழில் நுட்பம் வந்தால்தான், குறிப்பாக மனித மூளையின் திசுக்களை நியூரான் சில்லுகளாக பயன்படுத்தும் கணினி நுட்பம் கிடைக்கப் பெற்றால்தான் அந்த ஆழ்மனக் கண்களை அகழ்ந்தெடுத்து ஒவ்வொரு கண்கொத்திப் பார்வைகளை எண்கொத்திப்பார்த்து, நட்பிற்கு கெஞ்சல் அஞ்சல் அனுப்ப முடியும்.

கனவுக்கன்னி | 10

அவளுக்கு ஓர் ஒன்றரை வயது. தொடபெட்டா மலைச்சரிவுகளில் இருந்த ஏதேனும் ஒரு மந்துகளிலிருந்து அவளை என் ஐயா வாங்கி வந்தார். மூக்கணாங்கயிறு போடப்படாமல் இருந்தாள்.மொவ்ரக்கயிறும் இல்லை. அதுவரை அவளுக்கு கொம்புக் கயிறு மட்டும் தான். இது நம் பள்ளிக்குழந்தைகள் இரட்டைசடை அழகிற்கு ஈடானது.

நீல மலைகளில் வளரும் ஆக்களுக்கு பெயரிட்டு அழைப்பது தான் வழக்கம். எங்கள் வீட்டிற்கு வந்த அந்த கருப்பழகிக்கு சுந்தரி என்று பெயர் வைத்தோம். பொதுவாக அங்கு லட்சுமிகள் தான் அதிகம். என் சின்ன மாமன் வீட்டில் கூட அப்படி ஒருத்தி இருந்தாள். சுந்தரி வந்த நேரம் லட்சுமி கருவுற்றிருந்தாள். இவர்கள் இருவரும் அடிக்கடி ஒரே இடத்திற்கு செல்ல நேர்ந்ததாலும், அவர்களுக்கான மேய்ச்சல் இடங்கள் அல்லது அறுத்துப் போட்ட சீமைப்புல் அல்லது எண்ணகோங்கு சாப்பிடும் இடங்கள் ஒன்றாகவே இருந்ததால் இருவருக்குமான நட்பு செயலலிதா சசிகலாவை போன்று இருந்தது.

இவள் பருவம் எய்தி விட்டதை பல்வேறு குறியீடுகளால் காட்டினாள் ஈத்தெடுப்பது, அரை வீங்குவது, குதியாட்டம் போடுவது, லட்சுமி மேல் கால்தொற்றுவது பாக்கியராசு திரைப்பட வகையில் ஒருமாதிரி கத்துவது என்று எண்ணற்ற அழிச்சாட்டியங்களை கட்டியம் செய்து பார்த்தாள். கப்பத் தொரையில்தான் கால்நடை மருத்துவமனை இருந்தது.

ஏறக்குறைய 6 திங்கள் சினை பிடிக்காமல் ஆட்டம் காண்பித்தாள்.

கோணி ஊசியும் நூல்கயிறுமாக ஒரு நாள் காலை சின்னமாமன் நின்றுகொண்டிருந்தார். "ஒன்னோட சுந்தரிக்கு இன்னிக்கி காதுகுத்து" என்றார். வங்கியில் மாட்டுக்கடன் வாங்கினால் இடது காதில் மஞ்சள் நிற நெகிழியட்டை ஒன்றை குத்திவிடுவார்கள். "நாங்க கடன் கிடன் வாங்கலியே!" என்றேன். "சரிசரி. மூக்கு குத்திடலாம், மாட்ட புடிச்சிட்டு வா" என்றார். நான் செய்வதறிந்து விலகி நின்றேன். ஐயாவும் கூத்தன் மாமனும் முகக்கயிறைக் கெட்டியாகப் பிடித்துகொண்டனர். சுந்தரியின் மூக்குவழியாக கோணூசி பாய்ந்தது .வழியும் குருதி எனை நிலை குலையவைத்து கிழே சாய்த்தது. ஒரு வாரம் மஞ்சள்பொடி மாட்டின் மூக்குப்பொடியானது. காயம் ஆறியபின் காலப்போக்கில் மூக்கணாங்கயிறு சுந்தரியைப் பண்படுத்தியது,

மாட்டு மருத்துவரும் ஒன்றுக்கு இரண்டு என்று சினை ஊசிகளைப் போடுவது, வயிற்றை கழுவுகிறேன் என்ற பெயரில் கருப்பைக்குள் அரை வழியாக சிறிய நெகிழிக் குழாயை செருகி, சிவப்பு நிற திரவத்தை விட்டு, தூமை செய்வது என்று, வன்மம் தொடர்ந்துகொண்டிருந்தது. ஊசிநாட்களில் மாடு படுக்க அனுமதி இல்லை. சிலமுறை காளைக்கும் வாய்ப்பு கிட்டியது. இரண்டு மூன்று மாதம் அழுக்குத் தள்ளவில்லை. மாட்டிற்கு மடி இறங்குகிறது என்று அக்கம்பக்கத்து இடையர்கள் கூறிய பொழுது, சுந்தரிக்கு அல்ல, குடும்பத்தார்க்கு மகிழ்ச்சி கூடியது.

நான் படிப்பைத்தொடர முடியாமல் காடுகளிலும் சோலைகளிலும் திரிந்து கொண்டிருந்த காலம் அது. சுந்தரியை கவனிக்கும் பொறுப்பு முழுவதுமாய் என்னிடம்தான் இருந்தது. வேசையில் நாங்கள் வாழ்ந்த பகுதி சுழியம் பாகை அளவுக்கு வெப்பநிலை குறைந்து விடும். சிற்சில இடங்களில் உப்பு பூத்ததைப்போல் பனி கொட்டிக் கிடக்கும். ஆடா பகுதிகளில் இருக்கும் புல்வெளிகள் எங்கும் வெள்ளைக் கம்பளமாய் விரிந்திருக்கும். உறைபனிக்கு ஒன்றிரண்டு வயல் தாவரங்கள் தான் உயிர் பிழைக்கும். ஆயினும் பாலைவன சோலைகளைப் போல் எங்கேனும் பனி தாக்காத புல் பூண்டுகள் கருகாத இடங்கள் இருக்கும். ஒரு ஏழு எட்டு பேர் சேர்ந்த இடையர் கூட்டம் அவ்வகையான புதுப்புது இடங்களைக் கண்டுபிடித்து, புல் அறுக்க செல்வோம். குறைந்தது ஒரு பத்து கிலோமீட்டர் அளவுக்கான வட்ட அளவில் தீவன வன வேட்டையாடி இருக்கிறோம்.

தென்மேற்கு பருவமழை காலம் அதைவிட கொடுமையானதாக இருக்கும். மலை வட்டார வழக்கில் அதை கோடைமழை என்று கூறுவார்கள். எல்லா வீடுகளிலும் அடுப்பு எரிந்துகொண்டே இருக்கும். குளிர்காய்ந்துகொண்டே இருப்பார்கள். பெண்கள் தாய ஆட்டத்திலும், ஆண்கள் சீட்டு ஆட்டத்திலும் ஈடுபடுவார்கள். தென்மேற்கு பருவமழை காலங்களில் மழை தலையை நோக்கி அடிக்காமல் பெரிதும் சாய்வாக அடிக்கும். சில சமயங்களில் மிகைவேக மேற்கத்திய காற்றுடன் சுற்றி சுற்றி கூட அடிக்கும். மழையுதிர்காலமது.

புல் அறுத்துவிட்டு வந்துவிட்டாயா? என்ற கேள்விக்கான விடை: ஆங்கில திரைப்பட சாகசக் கதைகளை விஞ்சும். நானும் என் நண்பன் தனபாலும் பொதுவாக சேர்ந்து புல் திருடச் செல்வோம். குடை மற்றும் கூடைக்கு வேலை இல்லை. எத்தனை கோணிக் கொங்காணி போட்டாலும், எத்தனை மழைக் காகிதம் போட்டாலும், எத்தனை மழை அங்கிகள் போட்டாலும், தெப்பமாய் நனைவது உறுதி! நீண்ட நெடிய ஆயுளுடன், மேகத்தை தொட்டு விடும் முயற்சியில், வளர்ந்திருந்த, பைன் மரங்களையும் கற்பூர மரங்களையும் கோடைமழை பேயாட்டம் ஆட வைத்து, வேரோடு சரித்து விடும்.ஒருவர் கம்பி வேலிக்குள் நுழைந்து, போர்வையால் மடிக்கட்டி,புல் அறுத்து அறுத்து வெளியில் கொட்ட வேண்டும். இன்னொருவர் அதை சாக்குப்பையில் திணிக்கவேண்டும்.

விளைச்சல் காலத்தில் கேரட்தழை, கிழங்குச்செடி போன்றவைகள் கிடைக்கும். முட்டைக்கோஸ் பயிரிடப்பட்டிருந்த நிலங்களில், கடைசி வெட்டுக்கு பிறகு, ஒரு சில வயலாடிகள் பொது மேய்ச்சலுக்கு அனுமதிப்பார்கள். மற்றபடி மாடுகளுக்கு வாய்க்கால் வரப்புகளிலும், புல்வெளிகளிலும் இயற்கையான மேய்ச்சலுக்கும் வாய்ப்புகள் உண்டு.

மாட்டு இடையர்களுக்கு எல்லா இடங்களிலும் சலுகைகள் உண்டு. எந்தெந்த வயல்களுக்கு மருந்து தெளிக்கப்பட்டு உள்ளது என்ற விபரம் வலைப்பின்னும். எந்த வயல்களில் கிழங்குச் செடி அறுக்கிறார்கள் என்றும் காரட் தழை எங்கு கிடைக்கும் என்பதும் முன்னரே கசியும். வயல்களில் மிகையுழைப்பு தேவைப்படும் நாட்களில் கூட ஓரிரு மணிகள் மாடு மேய்க்க வாய்ப்பு கிடைக்கும். புத்தோட்டத்தில் இருக்கும் சிற்றோடையில் மாடு சலலக்க, புதுப்புல் மேய, ஒட்டகச்சிவிங்கி போல கழுத்தை நீட்டும். குதியாளங்கள் எந்த ஒரு இடுப்பாட்டி கூத்தியாளின் நெளிவுகளையும் மிஞ்சும்.

பல நேரங்களில் சுந்தரியும் லட்சுமியும் வேறு வேறு வயல்களுக்கு செல்ல நேரிடும். இவள் தோழியைக் காணாமல் பதைபதைத்துப் போவாள். தன் தோழியை காணாத ஏக்கத்தில் கத்தி அடம் பிடிப்பாள். சுந்தரி ஆறுமாத சூலியாக இருந்தாள். அக்கம்பக்கத்து இடையர்கள் கருங்குதிரை என்றே அழைத்தனர். அந்த அளவுக்கு வழக்கமான மாடுகளை விட சற்று நீளமாகவும் நல்ல உயரமாகவும் வளர்ந்திருந்தாள்.

ஒரு நாள் தன் தோழியைப் பார்க்க ஓட்டம் பிடித்துவிட்டாள். இவள் படிக்குப்படி தாண்டி ஓடிய ஓட்டம் ஒரு கண்கொள்ளா காட்சி. தடைகளை எகிறிக் குதித்து ஓடும் குதிரையைபோல பல இடங்களில் முள்கம்பி வேலிகளை எகிறிக்குதித்தாள் .தன் தோழியைக் கண்டதும் தான் அமைதியானாள்.மேய்ற மாட்டை நக்ற மாடு கெடுக்கும் என்ற பழமொழியை பொய்ப்பித்தாள். லட்சுமிக்கு அறுத்துப் போடப்பட்டிருந்த சீமைப்புல்லை கவளங்களாய், எச்சிலொழுக வெற்றிலை குதப்பும், கட்டுச்சோற்று நாளின் மசக்கை பெண் ஆனாள்.

அந்த வாரத்திற்குள் ஈனும் நாள் வரலாம் என்பது இடையர்களின் பொதுக் கருத்தாக நிலவியது. சுந்தரி நேரடி பாதுகாப்பு வளையத்திற்குள் கொண்டு வரப்பட்டாள். அவள் நிற்கும் இடத்திற்கே பசுந்தீவனம் வந்தது. மேய்ச்சல் சற்று குறைந்தது.குலி விலுந்திர்ச்சி. இன்றைக்குள் கன்று ஈந்து விடும் என்பதால் மகிழ்ச்சி பொங்கியது. வெள்ளிக்கிழமை. நல்ல நாள்.அழுக்கொழுக்கு மிகையாக இருந்தது.சனிக்கிழமையும் நகர்ந்துவிட்டது. சனிக்கிழமை இரவு வரை இருந்த மகிழ்ச்சி, காலையில் காணாமல் போனது.

குடும்ப உறுப்பினர்களிடம் ஒரு படபடப்பு தென்பட்டது. ஏன் என்று விசாரித்தேன். பசுமாடு ஞாயிற்றுக்கிழமை கன்று போட்டால் குடும்பத்திற்கு ஆகாது என்று அனைவரும் பேசிக் கொண்டார்கள். ஞாயிற்றுக்கிழமை மாலை 3 மணி அளவில் படுப்பது, எழுந்திருப்பது, பின்னங் கால்களால் உதைப்பது என சுந்தரி அமைதியற்று இருந்தாள். வீட்டிலிருந்த தார்ப்பாய் எடுத்துவரப்பட்டது.விரிக்கப்பட்ட தார்ப்பாய்க்கு சுந்தரி மெதுவாக நகர்த்தப்பட்டாள். பனிக்குடம் மெதுவாக சிறிது சிறிதாகவெளியில் வரத் துவங்கியது. ஃபார்ணி கவுண்டர் வர வழைக்கப்பட்டார். இவர் மாட்டுக்கு ஈற்று பார்ப்பதில் நிபுணர்.

கன்றுக்குட்டியின் தலை தெரிந்தது. நெற்றியில் பொட்டு வைத்ததைப்போல் வெள்ளை நிறம் இருந்தது. தலை பெரிதாக

இருப்பதால் கன்றுக்குட்டியும் பெரிதாகத்தான் இருக்கும் என்பதே நிபுணரின் கருத்து. இரண்டு கைகளையும் உட்செருகி பொறுமையுடன் தலையையும் முன்னங்கால்களையும் வெளியில் இழுத்து விட்டார். நின்றுகொண்டிருந்த சுந்தரி கால் மடக்கி படுத்துக்கொண்டாள். அரை மணி நேரத்தில் அழகான பெண் கன்று பிறந்திருந்தது.

தொப்புள்கொடி அறுத்தல். கட்டு போடுதல். புதுக்கன்றின் குளம்பை சிறிதாக உடைத்து விடுதல். என்று சடங்குகள் ஒருபுறம் நிகழ, மஞ்சளும் வசம்பும் நெவ்வாக அரைத்த கலவை, சுந்தரியின் பின்புறம் தடவப்பட்டு, வெந்நீரால் குளிப்பாட்டப்பட்டாள். தள்ளாடி நடந்து கொண்டிருந்த கன்றுக்குட்டியை வாகாக பிடித்து சீம்பால் குடிக்க வைத்தேன்.

"செத்த போட்ர வர சித்த பாத்துக்கடா ராசா" என்று என்னை விழிப்பூட்டிவிட்டு, கவுண்டர் தன் வேலைக்கு சென்று விட்டார். நஞ்சுக்கொடி வீழ்ந்ததும், கவனமாக சேகரித்து வயலின் ஓரத்தில், ஆழக்குழி தோண்டி புதைத்து வந்தேன். செந்நாய்கள் மோப்பம் பிடித்துவிடும் என்ற வதந்திகள் இருந்தன. வாய்ப்பு கிடைத்து விட்டால் பட்டிக்கே வந்துவிடும் என்ற கதைகளும் இருந்தன. இரண்டு கைகளால் தாங்கி கன்றுக்குட்டியை தூக்கினேன். கனத்தது. பட்டி வந்து சேர்வதற்குள் ஐந்தாறு இடங்களில் இறக்கி ஏற்றினேன். எல்லோரிடமும் சீறிப்பாய்ந்த சுந்தரி, என் பின்னே அமைதியாய் நடந்து வந்தாள்.

மாடு தீனி திங்தா? குட்டி பால் குடிக்தா? மடியை சுடுதண்ணில கலுவ்றியா? எவ்வளவு பால் கெடைக்து? பனை வெல்லமும் சொரைக்காயும் அளவா வெக்றியா? போன்ற அக்கறையான கேள்விகளுடன் அக்கம் பக்கம் சூழ்ந்து கொண்டது. ஏலஞ்சுக்கும் வெல்லமும் மணக்கும் சீம்பால் எல்லோருக்கும் கிடைத்தது. ஆனாலும் வாயை மெல்ல ஞாயிற்றுக்கிழமை வாய்ப்பாய் போனது.

நீல மலைகளில் எப்போதும் மாலை நேரப் பாலும் காலை நேரப் பாலும் கலந்து ஒரு நேரப் பாலாக காலையில் மட்டுமே வாங்குவார்கள். ஒரு குன்றில் இறங்கி வேறொரு குன்றேறி பால் ஊற்ற செல்வேன். எப்பொழுதும் பால்மாணியில் அளவு குறைந்தே இல்லை. சில நாட்களில் 16 லிட்டர் வரை பால் ஊற்றி இருக்கிறேன்.முதல் ஈற்றில் இந்த அளவு பால் என்பதே இந்தப் பகுதியில் சாதனை அளவாகும்.

சில நாட்களில் நண்பகலுக்கு பிறகு, தானாகவே சுரப்பு விடும். கால்நடை மருத்துவரிடம் காட்டிய போது, மாட்டிற்கு சுரப்பு அதிகம். இது அரிதாக நடக்கக்கூடிய ஒன்றுதான். நீங்கள் வேண்டுமானால் சுரை விடும் நேரங்களில் இரண்டு அல்லது மூன்று லிட்டர் கறந்து விடுங்கள் என்றும், காலப்போக்கில் சரியாகிவிடும் என்றும் அறிவுரை கூறினார். இப்படியாக, தானே பால் சுரந்த ஏதோ ஒரு காராம்பசு தான், கோமாதாவோ?

வெள்ளிக்கிழமைகளில் எல்லா இடையர் வீடுகளிலும் பசுக்களுக்கு பூசை செய்யப்படும். பசுவிற்கும், கன்றுக்கும் சாம்பிராணி புகைபிடிக்கப்படும். நோய் அண்டக் கூடாது என்பதற்காக சாம்பிராணியில் ஒருவகை கருவாட்டு தூளையும் சேர்ப்பார்கள். இடையர் வீடுகளில் நீர் கலக்காத பாலில் தேனீர் கிடைக்கும். பால் வாங்க வருபவர்களுக்கு ஒரு அகப்பை அளவிற்கு பால் சேர்த்தே ஊற்றப்படும். அண்ணனுக்கு அந்த போகம் காய்கறி விளைச்சல் தோற்றுப்போனது. மாறி மாறி வந்த மாட்டுத்தரகர்கள், மாட்டின் சுழி, கன்றுக்குட்டியின் சுழி ஆகியவற்றை சிலாகித்துப் பேசினர். ஓர் தீயநாளின், அந்திப்பொழுதில் ரூ 5500 க்கு விலை போனாள் சுந்தரி.

சுந்தரியின் எல்லா கயிறுகளும் அறுபட்டன. வலது முன்னங் காலில் தாயத்து முடிந்த கருப்புக்கயிறு உட்பட. புதிய கொம்பு கயிறுடன் அவள் வெளியேறிய நேரம் மொத்த குடும்பமும் கைகூப்பி கண்ணீர் மல்க, நான் விலைக்கு வாங்கியவரிடம், நன்றாக பார்த்துக் கொள்ளுங்கள் என்று கூறி,கை நடுக்கத்துடன் கயிறு பிடித்துக் கொடுத்தேன்.சற்று தூரத்திலிருந்து சுந்தரியின் அழுகுரல் கேட்டது.

மாட்ட வித்ட்டீங்ளா? எங்கள்ட்ட சொல்லிர்க்லாமே? என்ற விசாரிப்புகள் ஒரு மாதம் தொடர்ந்தது. வீட்டில் பால், தேனீர் குடிப்பது, தயிர் சாப்பிடுவது போன்றவற்றை நிறுத்திக் கொண்டேன்.இரண்டு மூன்று முறை சுந்தரி எங்கள் பட்டிக்கே வந்துவிட்டாள்.

கருப்பு என்றால் என்னில் என்றும் நிறைந்திருப்பது சுந்தரிதான். நான் சுடுதண்ணியோடு பால் கறக்க செல்லும் எல்லா நாட்களிலும் அவள் எனக்காக ஒரே இடத்தை தக்க வைத்தாள். அவளது கழுத்தை வருடும் நேரங்களில் இனம் புரியாத உணர்வால் அவள் வாயில் எச்சில் ஊறும். நான் மேட்டுப்பாளையம் ஊட்டி போன்ற இடங்களுக்கு காய்கறி

விற்பனை செய்ய செல்வதுண்டு. அந்த நாட்களிலெல்லாம் பால் சுரப்பது 2 லிட்டர் அளவுக்கு குறைந்துள்ளது. என்னை கண்ணுற்ற போதெல்லாம் ஒரு அன்பான சிறு கனைப்பை உதிர்ப்பாள். தொடர்ந்து என் கனவுகளில், கலங்கிய கண்களுடன் தோன்றி, தீவனம் ஏதும் சாப்பிடாமலும், பிண்ணாக்கு தண்ணீர் குடிக்காமலும், என் தலையை, சொர சொரப்பான நாக்கால் நெருடும் சுந்தரியின் வருடலில் "தவறு செய்துவிட்டாய் இடையா" என்றொரு அழுகுரல் கேட்கும்.

சீமைப்புல் | 11

பூங்கா புல்வெளி

இலவம்பஞ்சு மெத்தைகளை விட மென்மையானவை பச்சையான முகில் கூட்டத்தின் மேல் நடப்பது போன்ற உணர்வை தரக்கூடியவை புல்வெளிகள். இந்த உன்னத தரைவிரிப்பில், கிச்சு கிச்சு பாதங்களோடு நடந்தோட, அடம் பிடிக்கும் குழந்தையை போல, சரிவுகளில், உருண்டுப் புரள, ஒரு கழைக்கூத்தாடியைப் போல குட்டிக்கரணம் அடிக்க, கந்தல் துணியை வாய்கவ்வி விளையாடும் நாய் கூட்டம் போல, குழந்தைகளைத் துரத்தி விளையாட, குருதி குடித்து புலவு உண்ணும் சிறுத்தைகளை போல, நண்பர்களுடன் களித்து உண்டிருக்க, உங்களுக்கு நல்வாய்ப்பு வேண்டும்.

மலைச்சோலைகளில் குத்துக் குத்தாக வளர்ந்து இருக்கும் புல்லை, மலைப்புல் என்று அழைப்பர். படகர்களால், பாணு உல்லு என்று அழைக்கப்படும் இப்புல் வகை, அவர்களது பிறப்பு முதல் இறப்பு வரையான எல்லா சடங்குகளிலும்

இடம் பிடிக்கும்.ஆவ்ஃபுல் என்ற புல் இனம் தோடர்களின் புனிதப்புல். மூங்கில், பிரம்பு மற்றும் புல் கற்றைகளைக்கொண்டே, இன்றளவும் அவர்களது கோவில்கள், குடில்களாகவே கட்டப்படுகின்றன. குருவிப்புல் என்றொரு வகை உண்டு. பறவைகள் கூடு கட்ட, இந்தப் புல்லை, கதிர்களோடு கற்றையாக கவ்விக்கொண்டு பறப்பதை காணமுடியும். நெல்லுக்கு நெல் மிரட்டி. குருவிப்புல் கேழ்வரகு மிரட்டி.வழிபாட்டு நாட்களில், அருகம்புல்லைத் தேடவேண்டும். எங்காவது வரப்புகளில், அரிதாகக் காட்சியளிக்கும்.மழைக்காலத்தில், செருகி வைத்த சாணப் பிள்ளையாருக்கு, முடி மாற்று அறுவை மருத்துவம் செய்து,சடை போட்டுவிடும்.

சீமைப்புல், வெளிநாட்டில் இருந்து வந்த, அயல்வகைப்புல். புல்வெளிகள் எங்கும், வேர்பிடித்து, தன்னை நிலைநாட்டிக் கொண்டது என்பதற்கும், நாம் எப்படி வெள்ளையர்களிடம் அடிமை ஆனோம் என்பதற்கும் வேறுபாடு கிடையாது. வரகு செடியைப் போல, ஒரு அடி வரை உயர்ந்து வளரும். ஆனால் ஒரு மீட்டர் ஆழத்திற்கு, வேர் பரப்பி விடும். சமவெளிகளில் சீமைக் கருவேலம் செய்ததைத்தான், மலைகளிலும் சீமைப்புல் செய்தது.

வரப்பு ஓரங்களிலும், பேடு ஓரங்களிலும், சீமை புல் சொகுசாக விட்டமிடும். முள் என்ற உழவுக்கருவியைக் கொண்டுதான் மண் பெயர்க்கப்படும். சீமைப்புல் இருக்கும் இடங்கள், ஆட்களை பெண்டு வாங்கும். வலுவான கட்டுடல்களால் மட்டுமே சீமைப் புல்லை பெயர்த்து எடுக்கமுடியும். சில நேரங்களில் இரண்டு ஆட்கள் சேர்ந்து, இரட்டை முள் போட்டு, பெயர்த்து எடுப்பார்கள். முடியாதவர்கள் மண்வெட்டியால் வெட்டி, மீண்டும் முள் போட்டு, காலால் உதறித் தள்ளுவார்கள். அன்றியும், மீண்டும் ஆழம் காண, அடி முள் போட்டு, வேர்களை பெயர்த்து எடுக்கவேண்டும்.

மறு உழவின்போது, பெயர்க்கப்பட்ட மண் கட்டிகள், கொத்து என்ற கருவியால், இழுத்து உடைக்கப்படும். சீமை புல் பத்தைகளை கோதிக்கோதி உடைக்க வேண்டும். கட்டி உடைக்கும் பெண்கள் ஓரம்பாரம் மெனைகளை பிடிக்கத் தயங்குவார்கள். ஒரே மாதத்திற்குள், மீண்டும் சீமை புல் முளைத்துவிடும். மண்வெட்டி கொண்டு, மீண்டும் புல் வேட்டை தொடரும். சில நேரங்களில் வடிகால் காவாய்களை அடிமைப்படுத்தி விடும். செங்குத்து மண்வெட்டி, மண்வெட்டி,

முள் மற்றும் கொத்து ஆகியவைகளின் கூட்டணி, பெரும் போராட்டத்திற்குப் பின், சீமைப் புல்லை வெளியேற்றும். உயரமான பேடுகளில் மண்வெட்டிகளால் வயல் பகுதியின் அடியில் இருந்து ஒரு மீட்டர் உயரத்திற்கு சீமை புல் சீவப்படும். இது நேரம் காலம் கருதி உடனடியாக எளிதில் வேலை முடிப்பதற்காக செய்யப்படும் அதிரடி வேலை. இதற்கு பேடு சீவுதல் என்று பெயர். இரண்டு ஆண்டுகளுக்கு ஒரு முறை சீமைப்புல்லை அடியோடு அகற்ற, இரண்டு அடி அளவிற்கு பேடு இடிக்கப்பட்டு, பாதி வயலுக்கு புது மண் பரவும். செடி கொடிகள் சற்று கூடுதல் பொலிவோடு வளரும். பொதுவாகவே, பேடுகளில் மூன்று அடிக்குக் கீழே மண் ரோசாப்பூ நிறத்திலிருக்கும். அதை கோபி மண் என்று அழைப்பார்கள். அது நன்றாக ஈரம் காக்கும் என்பதால் எப்பொழுதும் வேளாண்மை செழிப்பாக இருக்கும். சமவெளிகளில் வரப்பு கழிப்பதை போல் மலைகளில் சீமை புல்லில் வரப்பு கழிப்பதை ‘சைடு வெட்டுதல்’ என்பர்.

வெயில் நாட்களில், கசடா பொறுக்கப்பட்டு,காய்ந்தப்புல் கூடையேறி, கசடா குட்டுகளாய் குவிக்கப்படும். இரவு நேரங்களில், சுடுகாடுகளில் எரியும் பிணங்களாய், குட்டுகள் புல்லெரித்துப் புகை விடும். தப்புக் கிழங்குகளை சாம்பல் சூட்டில் புதைத்து வைத்தால், அடுமனை ரொட்டிகளை போல சுட்ட கிழங்குகள் தோல் கருகாமல் வெந்துவிடும். உரித்த உருளைக்கிழங்கை உதிர்த்து சூடு பொறுக்காமல், இரண்டு கைகளுக்கு மாறி மாறி பந்தாடி வாய் காற்றை ஊதி ஊதி உண்பார்கள். மழை நாட்களில் எரிக்க இயலாது.பொருட்டு குட்டுக்கள், பச்சை பூதங்களாய் உருமாறும். அடுத்த போகம் உழவின் போது, முள் போட்டு, குட்டு பிரிப்பார்கள். பச்சைப் போர்வைக்குள், நிலக்கரி போல், குமைந்து போயிருக்கும் களை வகைகள். கருப்பு உரம், வயல் எங்கும் பரவும். இங்கு காய்கறிப் பயிர்கள் சற்று செழிப்பாக வளரும்.சமவெளிகளில் வைக்கோல் போர்களைப் போலவே, மலைகளின் கசடாக் குட்டுகளும், காதலர்களை காட்டிக் கொடுக்காது. அங்கே காய்ந்த போர், இங்கே பச்சை போர். அங்கும் இங்கும் எங்கும் அகப்போர் ஒரே அக்கப்போர்.

மாடுகளுக்கு முதன்மையானது பச்சை தீவனம். இயல்பான மேய்ச்சலின் போதும் கால்நடைகள் விரும்பி உண்ணும் புல்வகை. பற்களற்ற, அரை வட்ட வடிவிலான அருவாள் கொண்டு, இடையர்கள், மடிக்கட்டி, புல் அறுப்பார்கள். மாலை நேரங்களில்,சீமைப்புல் கூடைப் பல்லக்கு அல்லது,

சாக்குப்பைத் தேர் ஏறி, ஆடு மாடுகளுக்கு அருளாசி வழங்கும். நீல மலைகளில் வறத்தீவனம் என்பது அறவே கிடையாது. வெகு வெகு அரிதாகவே பார்லி வைக்கோல் வறத்தீவனமாக பயன்படுத்தப் பட்டுள்ளது. மற்றபடி சாமை வைக்கோல் ராகி வைக்கோல் கோதுமை வைக்கோல் போன்றவை பொதுவாகவே எரியூட்டப்படும். மலை நாடுகளில் மழை அதிகம் இருப்பதால் வைக்கோலை காயவைத்து தீவனமாக பயன்படுத்துவதில் நடைமுறை சிக்கல் உள்ளது. இங்கு நாம் காற்றுள்ள போதே தூற்றிக்கொள் என்கிறோம். இங்கிலாந்தில் அதையே வெயில் வரும் பொழுது உலர்த்திக் கொள் என்கிறார்கள். இரண்டுமே ஒரே பொருள் தரக்கூடிய பழமொழிகள் என்பது வேறு வகை ஆய்வு.

ஓடையில் மடை கட்டி நீர் திருப்பவும், ஆடாக்களில், புதை குழிகளை நிரப்பி மேடை ஏற்றவும், சீமைப்புல் கொராய்கள் பயன்படும். மேலும் சரிவான பகுதிகளில், மண் சரிவை தடுக்க, மணல்மூட்டைகளைப்போல,கொராய்கள்செயல்படும்.சிறுவர்கள், கொராய்களை அடுக்கி, சிறு கோவில்களை எழுப்புவர். ஆகம விதிகளை மீறி கட்டப்பட்ட இவ்வாலயங்கள், மழை நாட்களில், உயிரூட்டம் அடைந்து, பச்சை நிற கோபுரங்களாய் உயர்ந்து, தனக்குத் தானே மலர் சொரியும். ஆதரவு இன்றி, வீட்டிற்கு முன் தேங்கிய குட்டைகளை, பேகனின் போர்வையாய்,கொராய்கள் அணைத்துக் கொள்ளும். துகிலுரியப்பட்ட சொகுசு விடுதிகளின் அம்மணம் கொராய்களை உடுத்திக் கொள்ளும். கால்நடைகளுக்கு உப்புத் தண்ணீர் வழங்கும் திருவிழா மலைவாழ் மக்களிடம் இருக்கக்கூடிய ஒரு தொன்மம். ஆடாவில் வட்ட வடிவில் கொராய்கள் பெயர்க்கப் பட்டு குழிகளில் கால்நடைகளுக்கு உப்புத்தண்ணீர் ஊற்றி வைப்பார்கள்.

மேடான இடங்களில்தான், விதைக்கிழங்கு முளைக்கட்ட குழி பறிப்பார்கள். அந்தக் குழி அதன்பிறகு அப்படியே ஏதிலியாய் விடப்படும். சீமைப் புல் ஒரு போகத்தில், குழி முழுவதையும் தன் கட்டுக்குள் கொண்டுவரும். மழைக்காலங்களில், பூத கோப்பைகளில், பச்சை மது நுரைத்திருக்கும். மயக்கத்தில், மலைத் தும்பைச் செடிகள், மேலைக் காற்றுடன் கைகோர்த்து, மேற்கத்திய நடனம் ஆடும்.மழைக்காலங்களில் மருந்து அடிக்க இந்தக்குழிகளில் இருந்து தண்ணீர் எடுத்துக்கொள்ளலாம். தண்ணீர் எடுப்பவர்கள் ஆடாவரை ஓடாமல் இருக்கலாம். பனிக்காலங்களில் இந்தக் குழிகள் வெயில்காய சிறந்த இடம். காலை மாலை நேரங்களில் ஞாயிறு எதிர் திசையில், ஓய்வு

நாற்காலியில் அமர்வதைப்போல் ஒய்யாரமாக சாய்ந்தமர்ந்து வெப்பத்தைப் போர்த்திக்கொள்ளலாம். உடலின் ஒரு பக்கம் மட்டும் சூடேறுவதும் மறுபக்கம் நடுங்குவதும் என்று, விளையாட்டுக் காட்டும் தட்பவெப்பம். கடக ரேகை மகர ரேகை என்று பூமிமாறுவதைப்போல அந்தவட்டப் பாதையில் குளிர்காய்பவர்களும் இடம்பெயர வேண்டும்.

தனிமை விரும்பிகளுக்கும் புல்வெளிகள் மேலோகம். நூல் படிக்க விரும்புவோர் சரிவுகளில் சாய்ந்து கொண்டே படிக்கலாம். உறங்க நினைப்பவர்கள் நடுப்பகல் வெப்பத்தில் சுருண்டுக் கொள்ளலாம். காலை 10 மணி வெயில் விறுவிறுப்பைத் தரும் என்றால் மாலை 4 மணி வெயில் கிறுகிறுப்பை தரும். குழந்தைகள் பொழுது போக்க கிலுகிலுப்பை. வயலாடிகளுககு புல்வெளிகள் கலகலப்பை. என்னதான் தடுப்புச்சுவர்கள் இருந்தாலும், என்னதான் சாலையோர குடிசைக்குள் சென்றாலும் மது அருந்துபவர்கள் தேடும் தனிமை கிடைப்பதில்லை. நீலமலையின் பழைய பச்சைக்குழிகள் குடிகாரர்களின் சுரங்கப்புல்வெளி.

கெண்டப் பனிக்காலத்தில் இவ்வளவு புகழ் வாய்ந்த புல்வெளிகள் ஒரேநாள் பனிக்கே அழகழிந்துவிடும். புல்தரை எங்கும் கொட்டும் பனி. காலை 6 மணிக்கு பார்த்தால் உப்பளங்கள் போல் காட்சியளிக்கும். வெறும் காலால் நடக்க முடியாத அளவுக்கு பணியின் கடுங்குளிர் இருக்கும். துருவப் பகுதிகளில் கரடிகள் பெரும் தூக்கத்திற்கு செல்வதைப் போலவே புல்வெளிகளும் மயக்கத்தில் வறண்டு கிடக்கும். பகல் நேரங்களில் சிறுவர்கள் புல் தரைகளை பற்ற வைத்து, அது போடும் வரைபடங்களில் தமிழ்நாட்டை தேடுவார்கள்.முதல் மழைக்குப்பின் துள்ளல் காணும் புல்வெளிகளின் ஆட்டத்தில் பலவகையான காட்டுச் செடிகளும் பூத்துக் கை குலுக்கும். சிவன் போக்கு சித்தன் போக்கு என்ற கணக்கில், எல்லாக் காலங்களிலும் குறிப்பாக கெண்டபணி காலத்திலும் பூத்துக் குலுங்கும் சைட்டிசஸ் செடி! படைப்பின் உச்சம்.

உதகைக்கு வரும் சுற்றுலா பயணிகள் தாவரவியல் பூங்கா புள்வெளிகளில், ஒதுக்கப்பட்ட சில இடங்களில் நடப்பதற்கு வாய்ப்பு கிடைக்கிறது. நீலமலை எங்கும் இவ்வகையான புல்வெளிகள் நிறைந்து கிடக்கின்றன சுற்றுலாப்பயணிகளின் கால் படாமலும், நெகிழி குவளைகள் நெரிக்கப்படாமலும். உதகையை விட்டு ஒரு ஐந்து கிலோ மீட்டர் வெளியேறினாலே போதும்.ஆனாலும் மனிதனின் பேராசை புள்வெளிகளை

விட்டபாடில்லை. நில உரிமையாளர்களும் கந்தாயக்காரர்களும் புல்வெளிகளை விளைநிலமாக மாற்றுவதில் தான் குறியாக இருக்கிறார்கள். கூடவே சொகுசு விடுதிக்காரர்களும் சேர்ந்து கொள்கிறார்கள். ஆடா புல்வெளிகள், பத்தை பத்தையாய் வெட்டி பெயர்க்கப்பட்டு மண்சரிவை தடுக்கும் தடுப்புச் சுவர்களாக மாறிக்கொண்டிருக்கின்றன.தோல் மாற்று அறுவை மறுத்துவம் போல புல்வெளி மாற்றமும் நிகழ்கின்றன.

புல்வெளிகளைத் தேடி காட்டுயிரிகள் அலைந்ததனால்தான் கூடவே மனிதனும் உலகம் முழுவதும் அலைந்து திரிந்தான். பங்காளி இனங்களை கொன்றொழித்து, நிமிர்ந்த நன்னடையும் நேர்கொண்ட பார்வையுமாய் செம்மாந்த இனமாய் பீடுநடை போடுகிறான். புல்வெளிகளில் தன்னை செப்பனிட்டுக் கொண்ட அந்த இனம் இன்று புல்வெளிகளையே அழிப்பது என்பது! நடுநாட்டு எழுத்தாளர் அண்ணன் கண்மணி குணசேகரன் அவர்களுடன் ஒருமுறை மொட்டோரைக்குச் செல்ல நேர்ந்தது. எனது மூத்த அண்ணன் ராஜமாணிக்கம் கேரட் பயிரிடப்பட்டிருந்த வயல் ஒன்று குண்டப்பன் ஆடாவில் இருந்தது. மொட்டோரையிலிருந்து செல்லும் ஒரு குறுக்கு வழி ஒற்றையடி பாதையில் நாங்கள் நடந்து சென்றோம். இவ்வழியே என் பள்ளி நாட்கள் முழுவதும் நான் ஆடியதும் ஓடியதும். இரண்டு வயல்களுக்கு நடுவில் மழை வடிய நெட்டுக்காவாய்கள் இருக்கும். அப்படியான ஒரு காவாய் பெரிய ஓடை அளவுக்கு மாறி இருந்தது. ஒரு ஆள் நடக்கும் படியான மரப்பாலம் அமைத்திருந்தார்கள். அந்த வயல் உரிமையாளரிடம் ஏன் இப்படி ஆனது என்று நான் கேட்டேன். சரியாக பதில் வரவில்லை. வாய்க்கால் ஓரங்களில் எப்பொழுதும் மிகவும் அடர்த்தியாக சீமைப்புல் வளர்ந்து இருக்கும். அது மிகுதியான மண்ணரிப்பை தடுக்கும் வல்லமை கொண்டது. இந்த 20 ஆண்டுகளில் களைக்கொல்லி வந்த பிறகு சீமைப்புல்லுக்கான வேரோட்டம் முற்றிலும் அழிந்து போனதே இதன் விளைவு.

மேட்டுப்பாளையம் | 12

உருளைக்கிழங்கு தரம் பிரித்தல்

சுமையுந்துகள் பயணிக்க கூடியதான இடங்களில், மூட்டைகளில் பிடிபடும் உருளைக்கிழங்கு. சாக்குப் பையின் கழுத்து, பத்து விரல்களாலும் நெரிக்கப்படும்.சணல் சரடால் மூன்றுமுறை சுற்றப்பட்டு, முடிச்சு போடப்படும். ஒரு சில வலது கைகளில், காய்ப்பு காய்க்கும். சரியாக கட்டப்படாத சாக்குகள், மலைப் பயணத்தின் போது, வயிறு பிதுங்கி, வாந்தி எடுத்துவிடும். மலையின் முப்பது துண்டுகள், மண்டியில் ஐம்பது துண்டுகள் தந்தால்தான், ஆகச்சிறந்த கட்டாக கருதப்படும்.

மலைகளில் அறுவடையான காய்கறிகள், மேட்டுப்பாளையம் மண்டிகளில் தான் ஏலம் போகும். உருளைக் கிழங்கிற்கு தனியாக மண்டிகளும், பிற காய்கறிகளுக்கு தற்காறி மண்டிகளும் செயல்படும். மண்டிகளில் எப்பொழுதுமே மலை மண்ணின் மணமும் காய்கறிகளின் மணமும் கலந்த மலை காற்று வீசிக்கொண்டே இருக்கும்.

ஐயா காலத்திலிருந்தே, வரவு செலவுகள் எல்லாம் ஒரே மண்டியில்தான் நடந்தது. எம். வி. என் என்ற பெயரைத் தாங்கியது, எம் வி நாகப்பன் அவர்களின் மண்டி. நான் வாரக்கணக்கில்கூட மேட்டுப்பாளையத்தில் தங்கியிருக்கிறேன். மலையில் அறுவடை செய்த உருளைக்கிழங்கு தொடர்ந்து வந்துகொண்டேயிருக்கும். துண்டுகளை இறக்கி, கணக்குப் பார்த்து, முன்பணம் பெற்று, சுமையுந்து வாடகையை தந்து அனுப்ப வேண்டும்.

வண்டியின் பற்றுச் சீட்டில் கையெழுத்துப் போட்டு, கணக்கப் பிள்ளையிடம் இருந்து முன்பணம் பெற வேண்டும். குடியர்களுக்கு, வாடகைக்கும் சாப்பாட்டுக்கும் கணக்குப் போட்டு கறாராகப் முன் பணம் தருவார். காமுகிகளை கெஞ்சும் காதலர்களைப்போல, கொஞ்சம் பணம் சேர்த்து வாங்க தகிடுதத்தம் போடுவார்கள் .சுமை இறக்கிகள் எப்பொழுதுமே, "கொஞ்சம் தளத்தி கட்டக் கூடாதா? மொட்டோரைக் கட்டுன்னா ரெண்டாளு வேணுமே! "என்று முனகிக் கொண்டே, துண்டுகளின் கழுத்தை இறுக்கிக் கொண்டிருக்கும், தூக்குக் கயிற்றை அறுத்துவிட்டு, தோளில் இறக்கி, மண்டியில், அட்டிக்கட்டி, கவிழ்த்து கொட்டுவார்கள். கங்காணியிடம் தேனீர் குடிக்க பிசுக்கு காசு தரவேண்டும். சுமையுந்து ஓட்டுனர், ஓரம்கட்டிவிட்டு, உறக்கம் கட்டுவார். வாடகைப் பணத்தை கணக்கு போட்டு வாங்குவது கிளீயின் கடமை.

வாடகை கொடுத்து முடிந்ததும், வயலாடிகளின் களியாட்டங்கள் ஆரம்பித்துவிடும். மறுநாள் ஏலத்தின் போது காட்சி கொடுத்தால் போதும்.கள்ளாடிகள் மதுக்கடைகள் எங்கும் நீக்கமற நிறைந்து இருப்பார்கள். திக்குமுக்காடும் விருந்தோம்பலில், புலவு உணவகங்கள் மதிமயங்கித்தள்ளாடும். புது செல்வந்தர்கள், “அவன் பெரிய ஆளு மயிரா?"என்று நன்றி கெடுவார்கள். காவலர்களை கண்ட களவாடிகளைப் போல, புது ஏழைகள், “காட்ல எவ்னோ செய்வினை வச்சிட்டான்”. என்று பம்முவார்கள்.

காலையில் குளிக்கச் செல்வார்கள். தொட்டில் விலக்கி குழந்தைகளுக்கு முத்தமிடுவதைப்போல, சுனைகளில் வழிந்த முத்தங்களை, குமரியாய் திருப்பித்தரும் ஆறு. பாலைவனச் சோலையைக் கண்ட, ஒட்டகப் பயணிகளைப்போல, மலைக் குரவர்கள், வெகுநேரம் நீரோடிவிட்டு, தலைவியைப்பிரியும் தலைவனைப்போல கரை ஏறுவார்கள். வெள்ளை மாற்றுடை,

கஞ்சி போட்டு தேய்த்த பின், வெள்ளேந்திகள் மண்டிகளை நோக்கி நகர்வார்கள். அங்குதான் ஊதிப்பெருத்து உருளைக்கிழங்குகளாய் மாறிய வியர்வைத்துளிகளுக்கு, பணக்கட்டுகளாய் மாறும் வரம் வாய்க்கும்.

காலையில் சமவெளி கூலிப்பெண்கள் தரம் பிரிப்பார்கள். வெற்றிலையை குதப்பிக்கொண்டு, இரண்டு விரல்களால் இரண்டு உதடுகளிலும் ஓட்டி, விரலிடுக்கில் செந்நீர் தெறிப்பார்கள். சுளையாக இருக்கும். ஓரிரு இளசுகளின் பார்வை அடுப்பூதும்.மேட்டுப்பாளையத்தில் கூத்தியாள் வைத்த பலர், அங்கேயே சுமை தூக்கிகளான கதைகள், உள்ளத்தை உதைக்க, பெரிசுகள் ஐயாவையும் அண்ணனையும், சிலாகித்துப் பேசிவிட்டு, என்னை 'அழுத்தக்காரன்' என்று நையாண்டி செய்வதை வதைத்தாங்க முடியாமல் நான் பல நேரம் பக்கத்தில் செல்ல தயங்குவேன். மிகவும் நேர்மையானவர்கள். எடைக்கு மிஞ்சிய, மீதிக் கிழங்கைத், தரவாரியாக கணக்கு காட்டுவார்கள். மண்டியில் அதற்கும் விலை உண்டு. 'தாராளப் பிரபு' என்ற கெக்கலிப்பு செஞ்சிரிப்பிற்கு அஞ்சி, நான் "வூட்டுக்கு கொண்ட்டு போங்க" என்று கூச்சப்படுவேன்.

பட்டை விபூதியுடன் கவிஞர் கண்ணதாசனைப் போல் காட்சியளிப்பார் நாகப்பன். மண்டியில், தனது அறையில் பூசை செய்துவிட்டு, அமைதியாக உட்கார்ந்து இருப்பார். வாடிக்கை யாளர்கள் நெருங்கி பேச மாட்டார்கள். ஆனால் அய்யாவிற்கும் அவருக்கும் நல்ல நட்பு இருந்தது.அவர்கள் வீட்டு விழாவிற்கு தவறாமல் செல்வார்அய்யா.எப்பொழுதும் அய்யாவைப் பற்றி என்னிடம்நலம்கேட்பார்.நானும்கல்லூரியில்படிப்பதைகேள்விப் பட்டு, மிகவும் ஊக்கமேற்றிப் பேசினார். மழை, வேளாண்மை, விளைச்சல் சார்ந்து மிகவும் அக்கறையோடு பேசுவார். நான் சமவெளியில் என் ஊருக்கு போகும்போதெல்லாம், அய்யாவும் மண்டிக்காரரை பற்றி நலம் கேட்பார். அய்யா மலையில் இருந்த காலத்தில், ஓரிரு முறை முதலாளி, என் பெரிய தாய் மாமன் வீட்டிற்கு வந்திருக்கிறார். பெரிய மாமன் மண்டிக்கு மலையில் முகவராக இருந்தார்.

ஏலத்தின் போது, முப்பது நாற்பது வணிகர்கள், லபோ திபோ என்று உள்ளே நுழைந்து ஏடாவடம் பேசுவார்கள். முதலாளி அமைதிப்படுத்துவார். மூனுதரம். விட்டுவிடலாமா? என்று கேட்டுவிட்டு, வயலாடிகளின் பதிலுக்கு காத்திராமல் கடை முதலாளிஏலத்தைமுடித்துவிடுவார்.'கட்டாது'என்றுகூறி,ஒருசிலர்

மறுநாள் ஏலத்திற்காக காத்திருப்பார்கள். வயதில் மூத்தவர் என்பதால், வணிகர்கள் மிகுந்த பணிவன்போடு நடந்து கொள்வார்கள்.

கிழங்கின் தோல் உரியளவு கிழங்கின் முற்றுநிலை, கிழங்கின் மண்பிடிப்பு, மண்ணின்நிறம் போன்ற வகையறாக்களில் விலை நிலைநிறுத்தப்படும். ஒரு மண்டியில் ஏலம் முடிந்ததும், வணிகர்கள் தேனீக்கள் கூட்டம் போல, அடுத்த மண்டிக்கு பறப்பார்கள். நாற்பத்தைந்து கிலோ எடையுள்ள சிறிய சாக்குப் பைகளுக்கு, உருளைக்கிழங்கு இடம்பெயரும். சிப்பங்கள் தைக்கப்படும். எழுத்துக்கள் வெட்டப்பட்ட தகரத் தகடுகளின் மேல், வண்ணச் சாயம் பூச, முத்திரையிடப்பட்ட கடிதங்களாய், முகவரி நோக்கி பயணிக்கும் உருளைக்கிழங்கு.

கணக்கப்பிள்ளகளிடமிருந்து சீட்டுக்குறித்து வாங்கிக் கொள்வார்கள். உடனடி தேவைகளுக்கு மட்டுமே பணம் பெறப்படும். பொதுவாக இருபது இருபத்தைந்து என்று சேர்த்து தான், பட்டியல் வாங்குவார்கள். குறித்து வைத்த சீட்டிற்கும் பட்டியலுக்கும், இம்மியளவு கூட கணக்கில் வேறுபாடு இருக்காது.

மண்டிகளுக்கும், வயலாடிகளுக்கும் ஒரு நெருக்கமான உறவு இருக்கும். வேளாண்மை பொய்த்துவிடும்பொழுதெல்லாம் மண்டிகள் தான், விதைக் கிழங்குகளை வட்டி இன்றி, வாடகையும் தந்து ஏற்றிவிடும் ஏணிகள். அன்றியும் மருந்து அடிக்கவும், உரம் போடவும் முன்பணம் பெறலாம். அறுவடை நாட்களில் இவை எல்லாம் வரவு வைக்கப்படும். ஒரு மண்டியில் கடன் வைத்துக்கொண்டு, இன்னொரு மண்டியில் கிழங்கு இறக்குபவர்களும் உண்டு. இரண்டு மனைவிகளோடு குடும்பம் நடத்துபவர்கள் போல இருக்கும் இவர்களது கதை. கடன் தொல்லையால், சில குடும்பங்கள் வீட்டில் விளக்கை ஏற்றி வைத்துவிட்டு, இரவோடு இரவாக சமவெளியை நோக்கி பயணித்துவிடுவார்கள்.

சமவெளிக்கு இடம் பெயர்ந்த பிறகு,நான் பலமுறை மேட்டுப் பாளையத்தை கடந்து பயணித்து இருந்தாலும் ஒரு முறையும் அங்கு தங்க வாய்ப்பு கிடைக்கவில்லை. கடந்தாண்டு மேட்டுப்பாளையத்தில் புகழ்பெற்ற நீர் பூங்காவிற்கு செல்ல வாய்ப்பு கிட்டியது. என் குடும்பத்தார்களையும், தம்பி குடும்பத் தார்களையும் விட்டுவிட்டு, வலுவான குடும்ப எதிர்ப்புகளையும் தாண்டி, மகிழுந்தில் சிறிய வேலை இருக்கிறது, என்று கூறி, நானும் என் இரண்டு தம்பிகளும் வெளியேறினோம்.

ஆற்றில் குளித்துவிட்டு, காளியம்மன் கோயிலுக்கு சென்று கும்பிட்டுவிட்டு, மண்டிக்கு போனோம். முதலாளி அங்கு இல்லை. மருமகன் பொறுப்பில் மண்டி இருந்தது.

வெளியேகி, மூவரும், ஒரு நாள் முழுவதும் பழங்கதைகளை பேசிவிட்டு, குடும்பங்களுடன், மீண்டும் இரவு மலை உச்சிக்கு பயணமானோம்.

அன்னக்கொடி | 13

செந்தாமளி அவரைக்கொடி

அன்னக்கொடிகள் மலைகளில் உணவு வகைகளை வாரி வழங்கும் பச்சைக் கொடிகள். அன்றியும் மலைகளுக்கு மட்டுமே அருள்பாலிக்கும் அட்சயக்கொடிகள்

மிகப்பெரிய வணிக பயிராக இருந்தது இனிப்பு பட்டாணி. இது கொடிவகை அவரை இனம். இளம் பிஞ்சில் கூட அவ்வளவு இனிப்பு இருக்கும். உரித்த பருப்பின் சுவை கூடுதல் இனிப்பு. சற்றும் இனிப்பில்லாத நாட்டு வகை பட்டாணி உண்டு அது வயல் ஓரங்களில் வெறுமனே குச்சிகள் அற்று காய்க்கும்.

இவ்வகை பட்டாணியை பச்சை சாயம் ஏற்றி சந்தைகளில் பச்சை பட்டாணி என்று விற்றுவிடுகிறார்கள். இந்த பட்டாணி வகை சிறியதாகவும் இனிப்பு சுவை குறைந்தும், விரைவில் முற்றி விடக் கூடியதாகவும் இருக்கும். காய வைத்த இதன் பருப்புகள் வறுத்து சாப்பிடுவதற்கு மிகவும் ஏற்றது.

உதகை கயிற்று கடையிலிருந்து ஐயா விதைப்பட்டணியை வாங்கி வருவார். வயலில் ஆண்கள் சால் பிடிக்க பெண்கள் விதை ஊன்றி நாட்டெருவு போடுவார்கள். மறுபடியும் ஆண்கள் மண்வெட்டியில் லேசாக மண் தூவி சாலை நிரப்புவார்கள். மழை இல்லாத நாட்களில் காலை அல்லது மாலை ஏதேனும் ஒரு வேளை, பூவாளி கொண்டு நீர் ஊற்ற வேண்டிய வேலை என் தலையில் விழும். ஒரு அடி அளவிற்கு பட்டாணி கொடி வளர்ந்ததும்,சாலின் இரு மருங்கிலும் பட்டாணி குச்சி நட வேண்டும். குச்சி இல்லத்தில் பட்டாணிக்குடிகள் பாதுகாப்பாக இருந்தாலும், சில நேரங்களில் தென்மேற்கு பருவக்காற்று அதன் அசுரத்தனத்தை காட்டி சாலோடு சாய்த்து விடும். அதனால் எப்பொழுதுமே பட்டாணி சால்கள் கிழக்கு மேற்க்காகவே பிடிக்கப்படும்.

எங்கள் வீட்டின் முன்புறம் எப்பொழுதும் பட்டாணி குச்சிகள் கட்டு கட்டாக அடுக்கி வைக்கப்பட்டு இருக்கும். ஆண்டுதோறும் அவை நடப்படுவதால் அடி மக்கி குச்சியின் நீளம் குறைந்து விடும். எனவே ஆண்டுதோறும் புது குச்சிகளும் வந்துகொண்டேயிருக்கும். ஆரம்ப காலங்களில் சோலைகளில் இருந்து சீகை குச்சிகள் வெட்டப் பட்டு தலைச் சுமையாக வீடடையும்.மாற்றாக தவட்டை குச்சிகளும் பயன்படுத்தப்பட்டன. வனக்காவலுக்கு பயந்து பச்சை குச்சிக்கட்டுகள் எங்காவது மறைத்து வைக்கப்பட்டு பாதுகாக்கப்பட்டன.

அறுவடை சமயங்களில் பட்டாணி திருடர்களின் அழும்பு பெரிதாக இருக்கும். பட்டாணி காவலுக்காக, காவல் குடிசைகள் தயாராகும. இரவில் இளைஞர்கள் கூடி விட்டால் ஒரே கும்மாளம் தான். அருகில் இருக்கும் வயல்களில் இருந்து பட்டாணி குச்சிகள் அரியரியாய் திருடப்படும். தீமூட்டத்தைச் சுற்றி அமுக்கான் பேய்களைப்பற்றிய கதைகள் தூக்கம் வரும் வரை கதைக்கப்படும். கொல்லிவாய் பிசாசுகளும் சடாமுனிகளும்கூட கதைகளில் வந்து போகும்.பின்னர் அவரவர் குடிசைக்குள் சென்று, அமுக்கான்களோடு தூங்கிவிட்டு, தூக்கம் துருத்தும் விழிகளோடு காலையில் கண்விழிப்போம்.

காய்பறிப்பு நாட்களில்,"என்னா பட்டாணி தோலு தெம்புடுது?" என்று அய்யா அடிக்கடி எச்சரிக்கை குரல் கொடுத்தாலும், ஒரு சிலர் தோலோடு அப்படியே மென்று முழுங்கி விடுவார்கள். சாலுக்கு ஒருவர் என்ற விகிதத்தில் பட்டாணி பறிப்பதால் ஒரு சாலில் நடப்பது இன்னொரு சாலுக்கு தெரியாது! பட்டாணி அறுவடையின் போது பெரும்பாலும் பெண்களுக்கு தான் வேலை. பட்டாணியின் ஊடுபயிர் அவரை. அப்படியே கொஞ்சம் அவரை தகர்களையும் மடியில் கட்டிக் கொள்வார்கள் பெண்கள். "போவ்து வுடு.புள்ளக் குட்டிக்காரி." என்று அம்மா அய்யாவை ஆற்றுப்படுத்துவார்.

மடிகளில் இருந்து கூடைக்கு மாறும் பட்டாணி காய்கள், இரவில் பரவலாக கொட்டப்பட்டு காற்று வாங்க அனுமதிக்கப்படும். இல்லையென்றால் ஆவியடித்து காய்கள் புழுங்கிவிடும்.காலையில் சாக்குபையில் பட்டாணியை கொட்டி திணித்து வாயைத் தைப்பார்கள். பெரும்பாலும் நான் தான் உதகை சந்தைக்கு எடுத்து செல்வேன்.பட்டாணி மூட்டையை பேருந்தில் ஏற்றி பின் பேருந்தில் இருந்து இறக்கி தரகர் இடம் கொண்டு போய் சேர்க்கும் வரை படாதபாடு ஆகிவிடும்.

ஐயாவிற்கு பிடித்தமான தரகர் ராமு. சிறிய அளவிலான மண்டிகள் இருந்தன. அங்கெல்லாம் முறையாக ஏலம் துவங்குவதற்கு முன்னரே, ராமு வணிகர்களை பிடித்து விற்றுவிடுவார். அவரிடமே எடை போடும் சிறிய மேடை இருந்தது. நான் கல்லூரி இளைஞன் என்பதால் எனக்கு தனிப்பட்ட மரியாதை. சந்தைக்கு வருபவர்களின் காய்கறி எல்லாம் எடை போடும் அந்த உயர்ந்த விருது எனக்கு நாள்தோறும் கிடைக்கும். எடை கற்களை மேல் உள்ள அளவுகோலில் ஒவ்வொன்றாக சொருகி எடைக்காட்டும் குறியீட்டு கருவியை இடது மற்றும் வலது பக்கம் சரி செய்து சரியான எடையை கண்டுபிடித்து கூற வேண்டும். நான் என்னவகை காய்கறி என்றும் எவ்வளவு எடை என்றும் யாருடையது என்றும் எழுதும் சின்ன குறிப்புகள் சோழச்செப்பேடுகளாய் மதிக்கப்படும்.

பணம் உடனடியாக கைமாறும். மூட்டையை இறக்கி விட்டு காலையில் சுடச்சுட ஒரு வடையை சாப்பிட சென்றால் கூட, எட பாக்காம எங்கமே போன? என்று காந்தல் வட்டார வழக்கில் உரிமையோடு அதட்டுவார் ராமு. வேலையில் அவ்வளவு சுறுசுறுப்பாக இருப்பார். கொடுக்கும் தரகு பணத்திற்கு,"எதுக்கமே இது? நீனே வச்சிக்க."என்று நொட்ட சொல் பேசுவார்."ராமன்னா

72 | பச்சைப் புறா

நாளக்கி சேத்து குடுக்கறன்,பீசு கட்டனும்", என்று நான் சமாளித்தால், "பட்டாணி விக்கிற காச பூரா பீசா கட்றியாமே, போமே போமே எடத்த காலி பன்னுமே" என்று சொல்லிவிட்டு நகர்ந்து விடுவார். நற்பகல் 12 மணி வரை மிகவும் சுறுசுறுப்பாக இருக்கும் அவரை, அதற்கு மேல் சந்தித்து ஒரு தேனீருக்கு கூப்பிட்டால், "இத மட்டும் தாமே உருப்டியா செய்யற"என்று சொல்லிவிட்டு பரபரப்பாக ஒரு தேனீர் அருந்தி விட்டு நகர்வார். அவருக்கு அவரை விட வயதில் சற்று மூத்த கோபால் என்பவரும் துணையாக பணி செய்தார்.

கொக்கிவகை என்று ஒரு பட்டாணி இருந்தது. தலை பக்கம் மிகவும் வளைந்து காணப்பட்டதால் இதற்கு அந்தப்பெயர். இனிப்புச்சுவை மிக மிக அதிகமாக இருக்கும் என்பதால் இதற்கு சந்தையில் கடும் போட்டி. இவ்வகை பட்டாணி வகைகள் நோய்களுக்கு தாக்குப்பிடிக்காமல் போனதால் அவைகளின் வேளாண்மை குறைந்து போனது. சட்டன்ஸ் என்ற ஒரு வகை இருந்தது. மிகவும் நீளமாகவும் பட்டையாகவும் வளரக்கூடியது. வீரியரகமான இதில் விளைச்சல் நன்றாக இருந்தாலும் சுவை குறைவாக இருந்ததால் இந்த வகையும் ரொம்ப காலத்திற்கு நீடிக்கவில்லை.விதை கலப்பால் தான் சட்டன்ஸ் பெயர் வெளியில் வரத் துவங்கியது.

மொட்டோரை மக்களால் சிறப்பாக தயாரிக்கப்படும் பட்டாணி காரக் கறி, இட்டலி, தோசை, சப்பாத்தி, பூரி, சோறு என்று எதற்கு வேண்டுமானாலும் கலந்து கட்டி அடிக்கலாம். பட்டாணிப் பயிரிடுவது குறைந்து போனதால் அந்த வாய்ப்பு அருகி போய்க்கொண்டிருக்கிறது. ஆனாலும் நான் நீலகிரி செல்லும்போது என் உறவுக்காரர்கள் எப்படியாவது ஒரு அரைப்படி உரித்த இணிப்புப் பட்டாணியை தந்து விடுகிறார்கள்.

நீலமலையில் மட்டும் நூற்றுக்கு மேலான அவரை இனங்கள் உண்டு. செடி வகைகள் என்றும் கொடிவகைகள் என்றும் இவற்றைப் பிரிக்கலாம். செடி வகைகள் அரையாள் உயரத்திற்கு வளர்ந்து கொத்துக்கொத்தாய் காய்த்து குலுங்கும். கொடி வகைகளுக்கு படர சீகை குச்சிகளை சால் நெடுக நடுவார்கள். எல்லவரை எனப்படும் அவரைச் செடி ஒரு ஆள் உயரத்திற்கு வளரும். தம்மட்டங்காயை போல மிகப்பெரிய காய் விட, அதன் பருப்பு அரை பலாக்கொட்டை அளவிற்கு இருக்கும். இனிப்பு சுவையுள்ள அந்த பருப்புகளை பச்சையாகவே உண்ணலாம். செந்தாமளி என்பது மிகவும் வேறுபாடான

வகை. ஒருமுறை விதைத்துவிட்டால் மறுமுறை விதைக்க வேண்டியதில்லை. வேரில் கிழங்கு வைத்து ஒவ்வொரு ஆண்டும் முதல் மழைக்குப்பின் தானாகவே முளைத்து துளிர்த்துவந்து காய்க்கும். சமவெளி பந்தலில் வளரும் அவரைப் போலவே இதன் காய்களும் இருக்கும் ஆனால் உள்ளே இருக்கும் பருப்பு மிகவும் பெரியதாக இருக்கும். மலை அவரை இனங்கள் அனைத்தையும் உரித்து காய வைத்து சந்தைப்படுத்துகிறார்கள். ஆனாலும் பச்சையாக உரித்து வேகவைத்து உண்ணும் சுவை காய்ந்த அவரை வகைகளில் கிடைப்பதில்லை. சிறுவயதில் நான் பல்வேறு வகையான விளைந்த அவரைகளை நெருப்பில் சுட்டு சாப்பிட்டிருக்கிறேன். அவரைக்கூ என்று படகர்கள் சமைக்கும் அவரைச்சோறு தனித்துவமானது.

சில அவரை இனங்கள் அதன் தளிருக்காக மட்டுமே பயிரிடப் படுகின்றன. நீல நிறத்தில் பட்டையாக வளரும் நீலஅவரைத்தகர் மிகவும் கவர்ச்சியானது. மிகவும் சுவையானதும் கூட. எல்லா வீடுகளிலும் எல்லாக்காலங்களிலும் எல்லாத்தகர் வகைகளும் பொறியலாகவோ காரக்கறியாகவோ குழம்பாகவோ தயாராகிக் கொண்டேயிருக்கும். விலை உயர்ந்த தகர் வகைகளும் உண்டு. பெயரைப் போலவே தோற்றப் பொலிவில் பூனை நடை போடும் போட்டி அழகிகளைப்போல இருக்கும்.புஷ்பீன்ஸ் நாட்டு முருங்கை நீளத்தில் உருண்டு திரண்டு காட்சி தரும். ஃப்ரஞ்ச்பீன்ஸ் மஞ்சள் அழகியாய் நடைபோடும். இது போன்ற வகைகள் எல்லாம் சிறிய நிலப்பரப்பில் பயிர் செய்யப்பட்டு கூடைகளில் நிரப்பப்பட்டு ஊட்டி சந்தைக்கு வரும். எவ்வகை வாடிக்கையாளர்கள் அவற்றை வாங்கிச்செல்கிறார்கள் என்பது கடைசி வரை புரியாத புதிராகவே இருக்கும். அந்த அளவுக்கு அவை விலை மதிப்பற்ற அவரை இனங்கள்.

உரித்த அவரைப் பருப்புகள் சிறியது முதல் பெரியது வரை எல்லா தனி நிறங்களிலும் மற்றும் நிறக் கலவைகளிலும் இருக்கும். நான்கு பேர் தனித்தனியாக தாயம் விளையாடினாலும், நகர்த்தும் காய்களின் நிறம் வியப்பை தரும். நான் நீலமலை செல்லும் ஒவ்வொரு முறையும் அண்ணிகளும் தம்பி மனைவிகளும் போட்டி போட்டுக் கொண்டு வைக்கும் உரித்த பச்சைஅவரைக்குழம்பு சோற்றைக் குறைத்து அவரையை அதிகரித்து உண்ண வேண்டிய சூழலுக்கு தள்ளும். சில நேரங்களில் மூன்று நான்கு வகைகளை கூட சேர்த்து குழம்பில் போட்டு விடுவார்கள். ஒவ்வொன்றும் ஒரு தனிச்சுவையுடனும் ஒரு தனி மென்மையுடனும் இருக்கும்

என்பதே இந்த அவரைகளின் கூடுதல் சிறப்பு. குருவி முட்டை என்று சிறுவர்களால் செல்லமாக அழைக்கப்படும் ஒரு வகை அவரை இருக்கிறது. முட்டை பொரியலை விட மென்மையாக இருக்கும் என்றால் நீங்கள் நம்பமாட்டீர்கள்.

உலக அளவில் நாற்பதாயிரம் வகை அவரை இனங்கள் இருப்பதாக ஆய்வாளர்கள் தொகுத்துள்ளனர். கிமு எட்டாயிரம் வாக்கிலேயே தாய்லாந்தில் அவரைகள் பயிரிடப்பட்டிருக்கின்றன. தொல்மாந்தர்கள் இவற்றை வறுத்தும், வேகவைத்தும், சுட்டும், பச்சையாகவும் உண்டிருக்கின்றனர். இன்று இணையச்சந்தையில் பல்வேறு அவரை விதைகள் 100 ரூபாய் பைகளில் கிடைக்கின்றன. பச்சைக்கொடிகளை நேசிப்பவர்கள் உங்கள் தோட்டத்திலோ உங்கள் மாடித்தோட்டத்திலோகூட விதைத்துப்பார்க்கலாம். எழுபது சதவீத அவரை இனங்கள், உறைப்பனி சூழலைத்தவிர எல்லா தட்ப வெப்பத்திலும் வளரக்கூடியவை என்பது அவற்றின் சிறப்பியல்பு.

உரித்து காயவைத்த மஞ்சளவரை எங்கள் வீட்டில் அதிகமாகவே சேமிக்கப்பட்டு இருக்கும். அம்மாவுக்கு நேரம் கிடைக்கும் போது அதை வறுத்து உடைத்து ஆட்டுக்கல்லில் துவையலாக செய்து தருவார். எனது அக்காள் தங்கைகளுக்கு திருமணம் முடிக்க வேண்டும் என்பதற்காக என் ஐயாவும் அம்மாவும் சமவெளிக்கு இடம் பெயர்ந்தார்கள். பிறகான இந்த 30 ஆண்டுகளில் நான் அந்தத் துவையலை சுவைத்ததே இல்லை. அந்த நாட்டு அவரை இனம் அழிந்தே போய்விட்டது. கொடி வகைகளுக்கு குச்சி நடும் பழக்கம் அறவே அற்று போய்விட்டது. அந்த இடத்தை நெகிழிக் குழாய்களும் நெகிழிக்கயிறுகளும் பிடித்துக் கொண்டன. மழைக் காலங்களில் சீகை குச்சிகள் துளிர்ப்பதை காணமுடியும். வித்துவம் இயற்கையின் மகத்துவம். கட்டைவிரல் அளவிலான மிகச்சிறிய தேன்சிட்டு வகை ஒன்றிற்கு பட்டாணிக்குருவி என்று பெயர். பட்டாணி பூக்கும் காலங்களில் இக்குருவிகளை எளிதாக காணமுடியும்.அவை இப்பொழுதும் நெகிழிக்குழாய்களில் வந்து அமர்கிறதா என்று இன்றைய வயலாடிகள்தான் சொல்ல வேண்டும்.

சுனை | 14

ஆடாவில் வெள்ளப்பெருக்கு

காட்டுயிர்களின் எச்சில் கலக்க, அமிழ்தத்தன்மையைப் பெற்று, அதே உயிர்களின் காலடித்தடங்களுக்கு, நன்றிக்கடனாய் பூசையும் செய்துவிட்டு, மேற்குச் சோலையின் சுனையொன்று தன் பயணத்தை கிழக்கு நோக்கி துவக்குகிறது.சோங்குகளிலிருந்து வரும் சிறு சிறு சுனைகளும் ஒன்று சேர, திரவ மின்னலாய் ஆடை தரித்து,கோழிக்கோரை அருகே ஓடையாய் உயிர் பெறுகிறது.நரிகுழியின மலைமுகட்டில், பாறை இடுக்குகளில் ஒளிந்து கண்ணாமூச்சி விளையாடிவிட்டு நூறு மீட்டர் பள்ளத்தில், கொடியசைந்ததும் ஓட்டம் பிடிக்கும் பந்தயவீரனைப்போல, மூச்சிரைக்க அருவியாக குதித்து ஓடுகிறது.

அனுமன் தோட்டம், குண்டப்பன் தோட்டம் ஆகியவற்றை ஓடை ஊடுருவி கடக்க ஒரு கிலோமீட்டர் சலசலக்க வேண்டும். வெட்டப்பு நாட்களில்,தியாகி உச்சியன் தோட்டத்திலிருந்து எங்களது கப்பல் போட்டி துவங்கும். வண்ண நெகிழி தாள்கள்,

பற்களால் பிளக்கப்பட்ட, கோத்தகிரி குச்சிகளில் குத்தப்பட்டு கொடியேறும். சிறிய தெர்மாகோல் துண்டுகள், கப்பல்களாய் மாறும். குச்சிகள் கொடிக்கம்பங்கள் ஆகும். கப்பல் கரை தொட்டாலோ, கம்பம் சாய்ந்து விட்டாலோ, முதலாளிகள் போட்டியிலிருந்து விலக்கப்படுவர். மொட்டோரையை நெருங்க நெருங்க, இரண்டு மூன்று கப்பல்கள் தான் மிஞ்சும். அதற்குள் கப்பல் முதலாளிகள் குழுக்களாக பிரிந்து இருப்பர். கைகொடுப்புகளும், கைவிடுப்புகளும், கைகலப்புகளும, கடவுள்களும் பேய்களும், போற்றிகளாகவும் தூற்றிகளாகவும், ஓடையின் கரைகளாய் துணையும். வெற்றி பெற்ற மீகாமன்களுக்கு, மறுநாள் போட்டி கோட்டிலிருந்து பத்து மீட்டர் முன்பாகவே கப்பலை நிறுத்திக்கொள்ள அனுமதி அளிக்கப்படும்.

கார்காலத்தின் ஓடையின் இருமருங்கிலும் பிணை தவளைகளைக் காணலாம். ஒன்றின் மீது ஒன்றாக தண்ணீரை விரிசல் விட்டு உடைய, கட்டிப்பிடித்து தவளைகள் தாவும் அழகே தனித்துவமானது. கப்பல் போட்டியின் பொழுது இது போன்ற தொடர் தாவல்கள் நிகழ்ந்தால், திடீரென மூன்று நான்கு அரை வட்ட நீர்த்திவலைகள் தோன்றும் .அது ஒரு நல்ல அறிகுறியாக கணிக்கப்பட்டு முதலில் செல்லும் கப்பல், வெற்றி பெற்றதாக அறிவிக்கப்பட்டு அன்றே போட்டி முடிக்கப்படும். தவளை முட்டைகள் சிறிய கண்ணாடிக் குழாய் போல் இருகரைகளிலும் அலைந்துகொண்டிருக்கும். 'பச்சைப்பாசி திடீர்னு எப்ட்றா வெள்ளயா பெர்சா மாறிச்சி? என்று அப்பாவி மாணவர்கள் வியப்பார்கள். விவரம் தெரிந்த மாணவர்கள் காதுகளில் குசு குசு என்று பேசிக்கொண்டிருப்பார்கள்! ஓரிரு வாரங்களில் ஓடை எங்கும் தலைப்பிரட்டைகள் துள்ளித்திரியும்.

நன்னீர் அட்டைகள் மனிதனை கடித்து ரத்தம் உறிஞ்சியதாக நான் கேள்விப்பட்டதே இல்லை. ஆனால் அட்டை மருத்துவம் என்பது உலகப் புகழ்பெற்ற ஒரு மருத்துவ முறை. கலவியின் போது தவளைகள் மயக்கத்திலிருக்க இரண்டு மூன்று அட்டைகள் கூட தவளைகளின் ரத்தத்தை உறிஞ்சிச்சுவைப்பதை நான் பார்த்திருக்கிறேன். தவளை இனப்பெருக்க காலங்களில் ஓடையில் மாடு மேய்ப்பதற்கு தடை இருந்ததெல்லாம் ஒரு காலம்!

தண்ணீரில் நடக்கும் எட்டுக்கால் பூச்சிகள் மீது எங்களுக்கு வியப்புதான். ஒரு கூட்டத்தில் பத்து பன்னிரண்டு பூச்சிகள் இருக்கும் எந்நேரமும் ஒரு மீட்டர் வட்டத்துக்குள் நடந்துகொண்டே இருக்கும். பொதுவாக சிறுவர்களின் கைகளில்

அது சிக்காது. ஆனாலும் உள்ளங்கையில் வைத்து நடக்க விட்டு அதன் கிச்சுகிச்சு பெற்றவர்களை நீங்கள் உலகின் அரிய மனிதர் என்று பெருமை பாராட்டலாம்.

ஆடவில் உள்ள காடுகளுக்கு நீர்பாசன வசதியுண்டு. தண்ணிக்காடு என்று அழைப்பார்கள்.காலப்போக்கில், மேட்டுக் காடுகளும் தண்ணிக்காடுகளாய் மாற்றமடைந்தன. மழையளவு குறைந்து கொண்டேபோனது. நீர்த்தேவை மிகுந்து கொண்டே போனது. கரை நெடுகிலும், இரவு பகல் பாராமல், நீரேற்றிகள், சீமை எண்ணெய்யை குடித்துவிட்டு, புகையை கக்கும் கொள்ளி வாய் பிசாசுகளாகி ஓலமிடும். தண்ணிக்காவல், தண்ணி மூட்டம், தண்ணி திருட்டு என்று ஓடை, மனிதர்களை வேடிக்கை பார்க்கும்.

ஓடையின் குறுகிய பகுதிகளில்தான் மடைகள் கட்டப்படும். கரைகளில் செவ்வக வடிவில் சீமைப்புல் கெராய்களை, மண்வெட்டிகள் பச்சைநிற செங்கற்களாய் பெயர்த்து எடுக்கும். களிமண் கலவையோடு தடுப்பணை உயரும்.செயற்கை அருவியாய் ஓடை குதூகலிக்கும்.காவாய்கள் குடியர்களின் வயிறுகளைப் போல் உப்பும். சிறுவாளிகளைக்கொண்டு, நீர்ப்பாய்ச்சிகள் கிழங்கு காட்டிற்கு தண்ணீர் விசிறி அடிப்பார்கள். குளிக்க அடம்பிடிக்கும் சிறு குழந்தையைப்போல பச்சை செடிகள் ஆட்டம் போடும். அவரை, பட்டாணி, கேரட் போன்ற மெல்லினங்களுக்கு பூவாளிகள் செயற்கை மழையை சொரியும்.

மழைக்காலங்களில், ஓடைகளில் வெள்ளம் கரைபுரண்டு ஓடும். ஆடாவில் ஓடைப் பெருக்கெடுத்து ஓடும். மலைவாழிகள் தத்தம் காட்டை நெரவிடுச்சி என்று தண்ணி வடிய காத்திருப்பார்கள். மலைப்பகுதிகளில் மழை காவாய்களை உடைத்துவிட்டு தாறுமாறாக நிலத்தை அரித்துப்போகும்.

மழை துய்த்து ஓய்ந்ததும், வயலாடிகள் மம்மட்டியை மாட்டிக் கொண்டு காடு நோக்கி பறப்பார்கள், அடைபட்டுக்கிடக்கும் வெள்ளத்தை உடைபட்டு வெளியேற்ற. மந்தாரை மரத்தை சுற்றிய வாசுகி கயிறு ஆகும் ஓடை. பாலாடா வரை கிழக்காக பாய்ந்து, கல்லக்கோரை ஆடாவில் தெற்க்காக திரும்பி. துளிதலை ஆடாவில் மேற்காகப் பயணித்த பின், குந்தாவை நோக்கி கீழிறங்கும். இங்கும், இன்னும் கீழிறங்கி கெத்தையிலும் மின்சாரம் பாய்ச்சிவிட்டு, கல்லாறாகி மேட்டுப்பாளையத்தில் பவானியோடு சங்கமிக்கும்.கூடுதுறை ஈசனுக்கு கும்பிடு போட்டுவிட்டு காவேரியோடு கலந்துவிடும், இயற்கை நரம்பு

மண்டலத்தில் இந்த ஓடை நாளம்.

நீலமலைகளின் சிறிய, பெரிய ஓடைகளுக்கும், காட்டாறுகளுக்கும, அருவிகளுக்கும் பெயர்கள் கிடையாது. சுற்றுலா தொழில் சார்ந்து ஒரு சில பெயர்கள் பின்னாட்களில் ஏற்பட்டிருக்கக்கூடும்.என்னைச்சுற்றி நூற்றுக்கணக்கான சுனைகள் இருந்தன. அவற்றுக்கெல்லாம் பெயர்கள் இருந்தன. அவற்றுக்கெல்லாம் தனித்தனியான சுவைகளும் இருந்தன. குட்டனாடா ஊற்றுதான் என் பள்ளி நாட்களில் குடிநீர். எல்லக்கண்டி ஊற்று, டாக்டர் காட்டு ஊற்று, வெங்கிச்சங்கல் ஊற்று, அட்டுமந்து ஊற்று, கெரடா ஊற்று, முனீஸ்வரன் ஊற்று இவையெல்லாம் தனித்துவமான சுவை கொண்டவை. வசம்புச்சோலையின் பாறையூற்றுன் சுவை குறிஞ்சிதேனில் ஒரு துளி நீலகிரி தைலம்.

பிள்ளையார் கோவில் ஊற்றும், மாரியம்மன் கோவில் ஊற்றும்தான் மொட்டோரையின் குடிநீர். வேசைக்காலங்களில், பெண்கள் இரவு முழுவதும்,காண்டா விளக்குகளை கையில் வைத்துக்கொண்டு, தண்ணீர் ஊற ஊற குடங்குடமாய் நிரப்புவார்கள். ஊற்றைச்சுற்றி தீப்பந்த தேவதைகள் ஆடிக் கொண்டிருப்பார்கள். மறைவிடங்களில் காதலர்களால் அணைக்கப்பட, விளக்குத்திரிகள் மின்மினி பூச்சிகளாய் வெட்கம் உமிழும். ஒரே ஆழ்குழாய் கிணறு, ஒரே சுவையில், இன்று வீட்டிற்கே தண்ணீரை சுமந்து சென்று கொட்டுகிறது.

ஆடாப் பகுதிகளில் மூன்றே கிணறுகள்தான் இருந்தன. அங்குமட்டுமே மின் நீரேற்றிகள் இருந்தன. இன்று ஆழ்துளை கிணறுகள் பல்கிப் பெருகிவிட்டன. பனிக்காலத்தில் கூட பயிரேறுகிறது. சுற்றும் விசைத்தெளிப்பான்கள் இரவு பகல் இன்றி ஓயாமல் நீரை வாரி இறைத்துக்கொண்டிருக்கின்றன.

எல்லா இடங்களிலும் மலை, குன்று, பள்ளம், பாறை என்று சுனைகள், ஊற்றுகளாய் கொப்பளித்து, மலைகளை முத்தமிட்டுத்தழுவ, ஓடைகள் மேலாடைகளாய் நழுவும். இன்று ஆடாக்களில்கூட, பலஆழ்துளை கிணறுகள் நீரின்றி வெறும் துகள் மண்டலமாய் வெறுமையை கக்குகின்றன. கேரட்கழுவும் ஆலைகளிலிருந்து, சீழ் பிடித்த செந்தண்ணி வலியாய் வழிகிறது. நன்னீர் மீன்களையும் வண்ணத்தவளைகளையும் சிவப்பு நண்டுகளையும் விழுங்கி வாழ்ந்த நீர்நாய்கள் நீந்திய நீரோடைகள், சாக்கடைகளை மறைக்க புல் தரைகளாக மாறிக் கொண்டிருக்கின்றன.

பச்சையம் | 15

ஓட்டக்கொடி குழம்பு

நீலமலைகளின் கீரைவகைகள் முற்றிலும் மாறுபட்ட சுவை இன்பம். இவை மலைகளில் மட்டுமே விளையக்கூடிய அரிய வகைகளாகும். பெரும்பான்மையானவை நீலமலைச் சந்தைகளில் கூட கிடைப்பதில்லை. வயலாடிப் பெண்களின், தனித்துவமான களை உணவுவேலையின் ஊடாகவே, பெண்களின் மடிகளில் வேரோடு கீரை தஞ்சமடையும். இலைகளை ஆயவும் வேர்களைக்கிள்ளவும், வீட்டில்தான் நேரம் கிட்டும்.

தாடிக்கீரை மிகவும் வேறுபட்ட ஒரு தாவர வகை. சிறிய பாசி கொத்து போல் வளரும், செடிக்கு இலைகள் இருக்காது. நான்கைந்து செடிகளை தலைகீழாக பிடித்தால், பச்சை நிறத்தில், மனிதனின் தாடி போல் காட்சியளிக்கும், விரலளவு உயரம் கொண்டது. பொதுவாக கடைசலாகக செய்வார்கள். புளிச்சாங்கீரை மிகவும் வேறுபாடானது. செழிப்பான பகுதிகளில் அரை அடி அளவு உயரமாக வளரும். இதற்கு கிளைகள் இருக்காது. நரம்பளவு மெலிந்த தண்டின் உச்சியில் நான்கு இலைகள் மட்டும்தான் இருக்கும். புளியங்காய் அளவிற்கு தண்டும் இலைகளும் புளிப்பாக இருக்கும். தாடிக் கீரையும் புளிச்சாங்கீரையும் கூட்டாகவே கடையப்படும். புளிக்கும் தக்காளிக்கும் இடம் இல்லை. பருப்புக்கீரை மலைகளுக்கே உரித்தான தனித்துவம். இடுப்பு அளவிற்கு வளரக்கூடியது. பச்சை மற்றும் இளஞ்சிவப்பு நிறங்களில் காணப்படும். சிறிய வெற்றிலை அளவுக்கு இலைகள் இருக்கும். பருப்புக் கீரையின் கூட்டு வேறுசுவையெல்லை. தண்டுக்கீரை, கடுகுக்கீரை, பீட்ரூட்கீரை, பால்கீரை போன்றவைகளும் சிறப்பான வகைகள். இவ்வகைகீரைகள், துண்டாடப்பட்டு, வானலியில் போட்டு, தாளித்து வதக்கி உண்ணக்கூடிய வகைகள். மலைகளின் சிவப்பு முள்ளங்கி காரம் அதிகமாக இருக்குமென்பதால், முள்ளங்கிக் கீரையை யாரும் சமைப்பதில்லை.

தண்ணீர் காய், மலைகளில் மட்டுமே விளையக்கூடிய ஒரு வகை பூசணி. பார்ப்பதற்கு தர்பூசணியை போல் வெளியில் தோற்றமளிக்கும். மேல் தோல் முழுவதும் புள்ளி புள்ளியாய் காட்சியளிக்கும். பச்சையாக சாப்பிட முடியாது சமைத்து தான் சுவைக்க முடியும். இதன் பருப்புக்கூட்டும், புளிப்புகடை சலும் மிகச்சுவையானவை. இதன் கொழுந்து இலைகளையும்கூட பருப்பு போட்டு கடைவார்கள், இதன் பூவையும் கூட்டாக சமைக்கலாம். மலைகளில் விளைந்த கொத்துமல்லி புதினா கூடுதல் மணம். நீலமலையில் வளரும் பரங்கி காய்கள் எந்த சூழலிலும் பயிராகக் கூடியவை. ஆனால் எப்போதாவது மாறுதலான சில பரங்கிக்காய் வகைகள் வாய்ப்பதுண்டு. பூசணி அல்வா சாப்பிடும் அளவுக்கு இனிப்புச்சுவை இருக்கும். மேலே குறிப்பிட்ட வகைகளை பொதுவாக மலை மக்கள் சந்தை விற்பனைக்கு கொண்டு செல்ல மாட்டார்கள். அறிந்தவர் தெரிந்தவர்களுக்கு பங்கிடப்படும். தாய்மார்கள் சிறு பிஞ்சிலேயே தனக்கு இந்த காய் வேண்டும் என்று முன்கூட்டியே ஒதுக்கி வைக்கும் பழக்கமும் இருந்தது.

தமிழ்நாடெங்கும் சௌசௌ என்று அழைக்கப்படும் காயை மொட்டோரையில் மேரக்காய் என்று அழைப்பார்கள். நன்றாக முற்றிய காயை மூங்கில் புட்டியில் போட்டு வைத்தால் மூன்று மாதங்களில் உருளைக்கிழங்கு முளை விடுவதுபோல் முளைவிட்டு நடவுக்கு தயாராகும். பொதுவாகவே இதுபோன்ற கொடிகளுக்கு காய்களில் விதை இருக்கும். இது சற்று மாறுதலான காய். காய் தான் விதையாகவும் வைக்க வேண்டும். நீலமலையில் இதற்குமட்டுமே பந்தல் போட்டு அழகு பார்ப்பார்கள்.

இனிப்பகங்களில் தண்டுக்கீரை விதைப்பொரி உருண்டைகள் நமக்கு கிடைக்கின்றன.மலைகளில் தண்டுக்கீரை விதையை வைத்து அச்சிக்கே என்ற பிட்டு செய்வார்கள். இது மலை மக்களுக்கு மட்டுமே தெரிந்த கைப்பக்குவம். சாமை அரிசியையும் எருமைப்பாலையும் கொண்டு தயாரிக்கும் கூழின் பெயர் பரமென.இவ்வகை உணவுகள் இப்பொழுது மலைவாழ் மக்களிடையேயும் அருகிவிட்டது. சமவெளிகளில் இருந்து ஒக்கலிக கவுண்டர்கள் காளை மந்தைகளுடன் வந்து, மாதக்கணக்கில் தங்கி, படகர்களின் சாமையை அறுவடை செய்து, மேய்ச்சல் புல் தரைகளில் களம் சீவி போர் அடித்து, தலைச்சுமையாக சாமையை சுமந்து சென்ற காலம் கனவாய் போனது.

பாப்பரை மலைகளில் விளைந்த ஒரு வியப்பான தினை. நரிப்பயறு நிறத்திலும் முக்கோண பெட்டகம் வடிவத்திலும் இருக்கும்.என் ஐயாவும் இரண்டு தாய்மாமன்களும் கூட்டாக வேளாண்மை செய்தவர்கள். ஏதாவது ஒரு வயலில் பாப்பரை அறுவடை நடக்கும். தார்ப்பாய்களைப்பரப்பி, செடிகளை காய வைத்து, உதிர்க்க வேண்டும். ஒவ்வொரு வீட்டிற்கும் இரண்டு மூட்டை அளவிற்கு பிரித்து வருவார்கள். பெரிய தகர டின்களில் எப்பொழுதும் பாப்பரை மாவு இருக்கும். பொதுவாக களி செய்வார்கள். பாப்பரை களிக்கும் தாடிக்கீரை கடைசலுக்கும் பத்துப்பொருத்தங்களும் சரியாக இருக்கும். பாப்பரை மாவில் அம்மா செய்யும் அடை வேறு எங்கும் கிடைக்காத ஒரு அரியசுவை. நாட்டு வெல்லம் கலந்த இனிப்பு தோசை வறமிளகாய் தாளித்துக்கொட்டிய கார தோசை ஆகியனவும் நாவில் எச்சில் தெறிக்கவிடுவன. சத்துமிக்க அந்த சுவையான பாப்பரை அழிவிளிம்பில் ஈனக் குரலில் முனகும் ஒரு செங்கொடி.

உலகெங்கிலும் மூங்கில் குருத்துகளை, பல்வேறு உணவு

வகைகளாய் சமைத்து உண்கின்றனர். முக்கூர்த்தி மலைச் சரிவுகளில் விளையும் மூங்கில் மிகவும் தனித்துவம் வாய்ந்தவை. மிகவும் மெலிதான, கட்டைவிரல் அளவிலான இவ்வகை மூங்கில் ஏழு அடி வரை வளரக்கூடியவை. ஓடை ஓரங்களில் மட்டும் வளர்வதனால் இதற்கு ஓட்டக்கொடி என்று பெயர். சோலை பகுதிகளிலிருந்து ஓட்டக்கொடி குருத்துக்கள், மக்கிய இழைதழைகளை விலக்கி, அடி காண உடைக்கப்படும். தோலுரித்த பின் பச்சையாகவே சாப்பிடலாம். வாழைப்பூவின் நடுப்பகுதியை போல மென்மையாக இருக்கும், அதேநேரம் வாழைப்பூவின் துவர்ப்புத்தன்மை இல்லாமல் மக்காசோளத் தட்டையின் மெல்லிய இனிப்பு இருக்கும்.ஓட்டக்கொடி குழம்பு மலைப்பகுதிகளில் மட்டுமே கிடைக்கும் ஒரு அரிய வரம். நிகழ்காலத்தில் வனக்காவல் கிடிக்கிப்பிடிக்கும் சூழலில் ஓட்டக்கொடி ஒட்டகக்கொம்பு. மனிதன் பயிர்த்தொழில் செய்த காலம் முதலே, பல்லாயிரம் வருடங்களாக மத்திய ஆசியாவின் துருக்கியில் கோதுமையும், சுமேரியாவில் பார்லியும், எத்தியோப்பியாவில் ராகியும், மெக்சி கோவில் மக்காச்சோளமும் பயிரிடப்பட்டுள்ளன.இவையெல்லாம் நீலமலை களிலும் காலங்காலமாக விளைந்தன.

மரபணு மாற்றப்பட்ட விதைகள் மலையை சூழ்ந்துகொண்டன. கொல்லி மருந்துகளை குடித்தே உயிர்ப்பிழைக்கின்றன மலைக் காய்கறிகள். இனிப்புச்சுவை மிகவும் குறைந்து போன கேரட் வகைகளும், சாம்பல் வாடை வெகுவாக அடிக்கும் அவரை வகைகளும், வெளிரிப்போன முட்டைக்கோசு வகைகளும் இன்று மலைகளின் கொண்டையைப்பிடித்து பேயாட்டம் ஆடுகின்றன. மொட்டை அடிக்கப்பட்ட தேவதைகளாய், சோலைகளெல்லாம் தேயிலைத் தோட்ட சேலைகளை முக்காடிட்டு முகம் கவிழ்த்து தேம்புகின்றன.

தேவதைகளின் குகை | 16

அவலாஞ்சி நீர்த்தேக்கம்

எம்ஜிஆர் அவர்களின் படப்பிடிப்பு சோலையில் நடந்து கொண்டிருந்தது. இளைஞர்கள் ஒன்றுகூடி போய் பார்த்து விட முடிவு செய்தனர். வெகுதூரம் நடக்க வேண்டும் என்பதாலும் நான் சிறுவன் என்பதாலும் குழுவில் சேர்த்துக் கொள்ள தயக்கம் காட்டினர். கூத்தன் மாமனுக்கு என்மேல் சிறிது நம்பிக்கை இருந்தது. கணேசா பீடிகட்டு வாங்க கடைக்கு அனுப்புவார்.

அம்மா சிறிது அச்சத்துடனேயே அனுப்பிவைத்தார். அடுமனை ரொட்டிகளை வேண்டும் அளவுக்கு கட்டிக்கொண்டார்கள். தொட்டுக் கொள்ள இரண்டு மூன்று தூக்கு போவணிகளில் குழம்பு வகையறாக்கள் இருந்தன. நான் சுமையற்ற சுமையானேன். ஆங்காங்கே சுனைகளில் நீர் உறிஞ்சுவதும் பீடி புகைவதுமாய், இளமைக் கதைகள் காற்றில் மிதந்தன. ஊர்லட்டி பீட்டணி. போர்த்திமந்து என்று நாங்கள் மந்தையாய், பதுங்கியும், நடந்தும்

வழிப்போக்கினோம்.நோயாளிகளுக்கு சத்து நீர் ஏற்றுவதைப் போல சோலைத்தடங்கள் ஐம்புலன்களுக்கும் புரிந்துகொள்ள முடியாத பூரிப்பை ஏற்றிக் கொண்டிருந்தது.

மேற்கே பச்சைப்பசேலென்ற காட்டுக்குப்பை தேயிலைப் பண்ணை, கோரைப்பாயைப்போல காட்சியளித்தது. கை கால்களை அசைத்து உருளும் குழந்தையைப்போல, மேகம் மழலையாடியது. குழந்தை கக்கியபாலென, அருவி ஒன்று மலை யிடுக்கில் வழிந்துகொண்டிருந்தது.பள்ளத்தாக்கில் அவலாஞ்சி நீர்த்தேக்கம். செம்மண் சரிகையுடனான நீலச்சேலைக்கு கொசுவம் கோல விலகிய முந்தானை கண்ணுக்கு எட்டா தொலைவில் வானத்தின் கைப்பிடியில்.

ஈங்குருவிகள் இல்லாத சோலைச்சாலைகளில் பயணிப்பதும் கருஞ் சுரங்கத்தில் பயணிப்பதும் ஒன்றேதான். படப்பிடிப்பு புள்ளியில் வெளிச்சம் மிதமான எழுஞாயிறு கதிர்கள் செயற்கை ஒளிக்கற்றைகள் பட்டு, சந்திர நடிகர் இன்னொரு சூரியனாய் தகித்துக்கொண்டிருந்தார். நவரத்தின நடிகைகள் ஓரிருவர் இருந்தனர். அரைக்கால் சட்டை போட்ட கைத்தடி காவலர்கள் சீறுந்தில் வரும் காட்சிகள் படம் பிடிக்கப்பட்டன. நடிகரின் முதுமையை முகப்பூச்சு முழுமையாக மறைக்க முடியாமல் முக்கிக் கொண்டிருந்தது. நடிகையின் நெற்றியில் துவங்கி, கண்ணிமைகள் மூக்கு உதடு என்று தொட்டுத்தொட்டு ஒரு இளைஞன் மெருகு ஏற்றிக்கொண்டு இருந்தான். முட்செடிகளில் பூத்திருக்கும் சிறுசிறு மலர்களை மறைக்க, கொத்துக்கொத்தாக செயற்கை மலர்கள் செருகப்பட்டிருந்தன. இடைவேளைகளில் சுற்றியிருக்கும் பார்வை யாளர்களிடம் நடிகர் அன்பாக பேசிக்கொண்டிருந்தார். நடிகையர்கள் குடை நிழலில் பருத்த ஆங்கில நூல்களை மேய்ந்து கொண்டிருந்தனர். வேறுவேறு காட்சிகள் தொடர்ந்து படமாக்கப்பட்டன.

மழைக்காலங்கள் தவிர பிற எல்லாக்காலங்களிலும் படப்பிடிப்புகள் நடந்தன. உதகையில் அதற்கென முகவர்கள் இருந்தனர். உதகையின் குதிரைகளும் நாய்களும் காட்சிகளுக்கு ஏற்ப நிறம் மாறின. நூறு ஆண்டுகளாகவே தேயிலைத் தோட்டங்களில் முதுகில் கூடை சுமக்கும் பெண்களையே அகத்திணை பாடல்களுக்கு ஆட விட்டனர்.வேதி நிறங்களை வெடிக்க வைத்து புல் தரைகளை கட்டாந்தரைகளாக மாற்றினர். பெரும்பூத விசிறிகளை ஓடவிட்டு, செயற்கை சூறாவளியை உருவாக்கினர்.

பல திரைப்படங்களில் மலைகளின் வனப்பையும் படம் பிடித்தனர். சிவா திரைப்படத்தின் பெரும்பாலான காட்சிகள் நீலமலைகளில்தான் எடுக்கப்பட்டன. படத்தில் காட்டப்படும் மேலக்குடி ஊரின் இயற்பெயர் மேல்கவஹட்டி. படகர்கள் வாழும் சிற்றூர். சில காட்சிகளில் அவ்வூர் மக்களையும் காட்டியிருப்பார்கள். எனது வாழிடத்திற்கு மிக அருகிலேயே, ஒரு மலைச்சரிவில் புல் தரையில், தமிழ்த்திரை பெருஞ்சுடர் பெண்களோடு ஆடிக் கொண்டிருந்தார். அடிக்கடி புகைத்துக் கொண்டிருந்த அவர், அவ்வப் போதே பார்வையாளர்களை நோக்கி, புன்சிரிப்பாய கையசைத்தார்.

சிலர் எழில் கொஞ்சும் நீல மலைகளை, பூச்சு மெழுகு இல்லாமல், மிக நேர்த்தியாக படமாக்கியிருக்கிறார்கள். இதயத்தை திருடாதே படத்தில் தொடபெட்டாவின் உச்சியில் உருவாக்கப்பட்ட காய்கறி சந்தையை மூடுபனியில் படம் பிடித்திருப்பார் இயக்குனர். காட்சியின்போது சில்லென்ற நீலகிரியின் பனிக்காற்றில் நம் உடல் தானாக சிலிர்ப்பதை உணரமுடியும். தையத்தைய பாடலுக்கான மலைப்பிடிப்பு, கண்களுக்கான தனிச்சுவை.

நான் படித்த பள்ளியின் விளையாட்டு களத்தில்தான் அட்டை வீடு கட்டப்பட்டு மெய்னே பியார் கியா திரைப்படம் பிடிக்கப் பட்டது. கப்பியுடன் கூடிய கிணறு, எந்நேரமும் புகை கசியும் புகைபோக்கி, புறாக்கூண்டு, பாசம் பிடித்த சுவர், நைந்து போன கூரை என்று, கலை இயக்குனரின் திறன்கள், நிறக்கலவையாய் மாறி இருந்தது வீடு. ஆண்டுக் கணக்கில் தங்கி படம் பிடித்தனர். உள்ளூர் கூலித்தொழிலாளர்களுக்கும் வேலை கிடைத்தது. புரியாத மொழி பேசும் நாயகன் நாயகியைப்பற்றிய, மெய்களும் பொய்களும் புனை கதைகளாய் புணர்ந்தன. தயாரிப்பாளர் சூரஜ் பார்ஜாட்டியாவிற்கு பெரிய வெற்றி கிடைக்க தொடர்ந்து ஆறு ஏழு படங்களை அங்கேயே எடுத்தார்.அது ஆயிரக்கணக்கான தேவதைகளின் காலடித்தடங்கள் பொதிந்த இடம்.

படப்பிடிப்புகளால் அன்றாட நடவடிக்கைகள் ஏதும் தடை படாது. உதகையை சுற்றி படப்பிடிப்பு நடந்தால் பாதுகாப்பிற்கு காவல்துறையினர் அமர்த்தப்பட்டு இருப்பார்கள். எனது கல்லூரி நாட்களில் தாவரவியல் பூங்காவில் நாள்தோறும் படப்பிடிப்புகள் நடைபெறும். துணை நடிகைகளிடம் மட்டும்தான் கல்லூரி குறிப்பேடுகளில் ஏதேனும் ஒரு பக்கத்தில் கையெழுத்து வாங்குவார்கள். தாங்கள் படத்தின் கதாநாயகி இல்லை என்றும்

வெறும் துணை நடிகைதான் என்றும் வெட்கப்படுவார்கள். கதாநாயகியின் கண் முன்னே, நீங்கள்தான் கதாநாயகியை விட அழகாய் இருக்கிறீர்கள் என்று ஆங்கிலத்தில் கலாய்த்துவிட்டு வருவோம்.

படப்பிடிப்பு குழுவிற்கும் மாணவர்களுக்கும் இடையே சில நேரங்களில் தகராறு முற்றிவிடும். காவல்துறை அமைதிப் பேச்சு வார்த்தை நடத்தும். ஓரிரு முறைகள் வாய்ச்சவடாலால், மொத்த கல்லூரியும் பூங்காவில் குடியேறும். படப்பிடிப்பு தற்காலிகமாக நிறுத்தப்படும்.

மாசுக்கட்டுப்பாடு விதிகளும், சட்டம் ஒழுங்கு சிக்கல்களும், நிகழ் காலத்தில் படப்பிடிப்பிற்கு நிறைய விதிமுறைகளும் கட்டுப் பாடுகளும் விதித்துள்ளன. தட்பவெப்பநிலை பெரிய மாற்றத்திற்கு உள்ளாகி இருக்கிறது. சில ஆண்டுகளில் தென்மேற்கு பருவமழை முற்றிலும் பொய்த்து விடுகிறது. நாடு முழுவதிலும் இருந்த செல்வந்தர்கள், சொகுசு இல்லங்கள் கட்டியிருக்கின்றனர். விளைநிலங்கள் வேலிவளைக்கப்பட்டு தரிசாய் கிடக்கின்றன. தமிழ் திரைப்பட தயாரிப்பாளர்கள் வெளிநாட்டிற்கு படையெடுத்து கோடிகோடியாய் செலவு செய்து கதாநாயகன் வீட்டில் கருப்பு கட்டுகளை நிறைக்கின்றனர்."மண்ணாப்போவிங்கடா!பாவிகளா" என்று மண்ணையள்ளி, தூற்றத்தெரியாத வயிறொடுங்கிய, வயலாடிகளோடு ஏழைகளாய் மலைகளும் கண்கள் சிவக்க ஏங்கிக் கொண்டு இருக்கின்றன.

எலியவர்கள் | 17

உருளைக்கிழங்கின் மீது மனிதர்களுக்கு மட்டுமல்ல காட்டுப் பன்றிக்கும் அலாதி விருப்பம். விளைந்த உருளைக்கிழங்கை முண்டிக்கோதி கடித்தும் மென்றும் துப்பியும் அது செய்யும் விளையாட்டு யாதொரு புலாலுண்ணியின் மெல்லல்களைவிட கூடுதல் அழகானவை. உருளைக்கிழங்கு விசிறிகளில் எலிகளுக்கு முன்னுரிமை உண்டு. சிறிய கோலி குண்டு அளவுக்கு உருளைக் கிழங்குகள் வேர்களில் உருவாகும் பொழுதே எலிகள் மோப்பம் பிடித்து வயல்வெளியில் பொடைபோட ஆரம்பித்துவிடும்! கிடை போட்டால் உரம் கிடைக்கும் பொடை போட்டால் என்ன கிடைக்கும்?

முதலில் எங்கேனும் பொந்து போட்டு கொஞ்சமேனும் புது மண்ணை மணல் போல் சலித்து வெளியில் தள்ளி இருக்கும். ஒரு வாரம் கழித்து பார்த்தால் நான்கைந்து இடங்களில் புதிய வீடுகள் உருவாகியிருக்கும். அடுத்த வாரத்தில் அந்த வீடுகளுக்கெல்லாம் மிக மென்மையான சாலைகள் உருவாகியிருக்கும். இதை உள்ளூர் வழக்கில் எலிப்பாதை என்று கூறுவார்கள். அடர்ந்து இருக்கும் உருளைக்கிழங்கு செடிகளுக்கு இடையே எலியின் நடமாட்டத்தை கண்டுபிடிப்பது மிகமிக கடினம்.

உருளைக்கிழங்கை பார் பிடித்து விதைப்பார்கள். வெளியில் தெரியும் உருளைக்கிழங்குகள் பச்சை கட்டிவிடும். அதை பச்சை வெட்டு என்று அழைப்பார்கள். வேகவைத்து உண்டாலும்

அவ்வகை உருளைக்கிழங்குகள் கசப்பாகவே இருக்கும். அவ்வாறு பச்சை கட்டக்கூடாது என்பதற்காக மண் அணைத்து விடுவது ஒரு செய்நேர்த்தி. உருளைக்கிழங்கு என்பது ஒரு தண்டின் மறுவடிவம் தான். சுரங்கம் தோண்டுபவர்களைப்போல எலி சரியாக பாரின் நடுவில் வளை தோண்டிவிடும். பாதையில் தடை போடும் ஒவ்வொரு உருளைக்கிழங்கும் பொந்துக்குள் பலியிடப்படும்!

வேர்ப்பலாவைப்போல் வேரில் தொங்கிக்கொண்டிருக்கும் உருளைக்கிழங்கின் வேரை மிகச்சரியாக எலி கடித்து உருளைக் கிழங்கை பிரித்து உருட்டிவிடும். பெரும் கற்களை நகர்த்திச் சென்று பெரும் ஆலயம் கட்டிய சோழப் பேரரசனுக்கு என்ன கனவுகள் இருந்ததோ தெரியாது. எலிக்கு என்று எதிர்கால கனவுகள் நிறைய இருக்கும். மண்ணுக்கு அடியில் ஒரு பெரும் குகை அமைத்து உருளைக்கிழங்கை உருட்டிச் சென்றுதான் அதன் பெரிய பிரமிடை கட்டி முடிக்கும்.

வயலாடிகளுக்கு எலிகளை அறவே பிடிக்காது. மேலும் அவற்றை விழுங்கி தின்னும் பாம்புகள் மலைகளில் இல்லவே இல்லை. வேப்பமரம் இல்லாத சூழலில் நச்சுப் பாம்புகள் இருக்காது என்பது நம்பிக்கை. இப்படியே போனால் ஒரு செடியை கூட விட்டு வைக்காது என்று ஐயா அடிக்கடி புலம்புவார். எனது சிறு வயது தொடக்கத்தில் இருந்து நான் ஐயாவுடன் எலிவேட்டைக்குச் சென்று இருக்கிறேன். நீலமலையில் எலியை கறியாக உண்ணும் பழக்கம் எவரிடமும் இல்லை. அங்கே வாழும் இருளர்கள் பழங்குடிகள் கூட எலியை உண்பது கிடையாது. காக்கைகள் மட்டுமே எலியை தன் கால் நகங்களில் கவ்விக்கொண்டு பறப்பதை நான் பார்த்திருக்கிறேன்.

முதன் முதலில் நான் கொல்லிக்கருவாடு தலைகளில் எலி நஞ்சு வைத்து எலிகளை வேட்டையாடத்தொடங்கினேன். பத்து மீன்தலைகளுக்கு இரண்டு எலித்தலைகள்கூட அகப்படாது. கருவாடு கிடைக்காத நாட்களில் நாயர் டீக்கடையின் போண்டாதான். வேரில் தொங்கிக்கொண்டிருக்கும் உருளைக் கிழங்குக்கும் உடைத்து வைத்த போண்டாவிற்கும் வேறுபாடு தெரியாத அளவுக்கு எலிகள் என்ன முட்டாள்களா? சில சமயங்களில் முழு போண்டாவில் பெரிய ஊசியில் குத்தி குத்தி நஞ்சை சேர்க்க வேண்டும். போண்டா மட்டும்தான் காணாமல் போகும். எலிகள் முன்னம் பற்களைக் காட்டி பழித்து காட்டிவிட்டு போகும்.

ஒரு சில ஆண்டுகளுக்குப் பிறகு அரை வட்ட வடிவ எலிப்பொறிகள் அறிமுகம் ஆயின. அருவாள் போலிருக்கும் அந்த எலிப்பொறி விரித்தால் வட்டமாக மாறும்.என்னைப்போன்ற சிறுவர்கள் கையாள்வதற்கு மிகவும் ஆபத்தானது . சிறிய தேங்காய்த்துண்டை, தேங்காயெண்ணெய்தடவி,குடைக்கம்பி செருகி அடுப்பில் சுட்டு, பொறியின் நடுவில் அதற்கான இருக்கையில் சிறிய கம்பி செருகி சுற்ற வேண்டும். தேங்காய் மணத்திற்கு ஆசைப்பட்ட சபல மனங்கள் தப்பி பிழைப்பது அரிது. அதன் பிறகு எண்ணற்ற வகைகள் வந்துவிட்டன. நிகழ்காலத்தில் எலிப்பசைகள் பயன்பாட்டில் இருக்கின்றன.

சுருக்கு வைத்து எலிகளை தூக்கிலிடுவதில் நான் வல்லவன். பட்டாணி சாலுக்கு இரு புறமும் கொடி படர சீகை குச்சிகளை நடுவது வழக்கம். இளம் குச்சிகள் நன்றாக வில் போல் வளையக் கூடிய தன்மை உடையவை.சனல்சரடும் சுருக்குகம்பியும்இருந்தால் போதுமானது. சரட்டில் தொங்கும் உருளைக்கிழங்கை வேரில் தொங்கும் உருளைக்கிழங்கு என்று நினைத்து, வேரைக் கடிக்கும் ஆர்வத்துடன் கடிக்கும் எலி கழுத்துக்கு நேராக சுருக்கு இருப்பது தெரியாமல் தொங்கிவிடும். எலிக்கு ஒரு ரூபாய் இரண்டு ரூபாய் என்று என் மாமன் தோட்டங்களிலும் நான் எலி பிடித்து பரிசுத் தொகைபெற்றிருக்கிறேன்.தொழில்முறையாகஎலிப்பிடிப்பவர்கள் இருந்தனர். அந்தக் காலத்திலேயே ஒரு எலிக்கு இரண்டு ரூபாய் என்ற அளவில் அவர்களின் தொழில் வல்லமை பாராட்டப்பட்டது. இவர்கள் முதலில் மூங்கில் குழாய்களில் மூங்கில்டப்பைகள் செருகி வளைத்து சுருக்கு தயாரித்தனர். பின் நாட்களில் அவர்களும் நெகிழி குழாய்க்கும் குடைக்கம்பிக்கும் மாறிவிட்டனர்.

அரசவைக்கு என்று தனியாக எலி வேட்டையாடிகள் இருந்து இருக்கிறார்கள். எலிகளையும் பூனைகளையும் கண்ணாடி அறைக்குள் விட்டு, கண்ணாடியில் தெறிக்கும் குருதி கரைகளை, கை கொட்டி கண்டு சிரித்திருக்கிறார்கள் இளவரசிகள். எனது சுருக்கில் மாட்டிய ஏலிகளை கூட நான் அவ்வாறு தரையில் ஓட விட்டு வேடிக்கை காட்டி இருக்கிறேன். குச்சிகளை இழுத்துக் கொண்டு எலி ஓடும் அழகே அழகு. தண்ணீரில் நீந்த விடுவதும், இரண்டு எலிகளை சண்டைக்கு விடுவதும் கூட அழகுதான். சாகப்போவது தெரியாமல் எம்பி எம்பி குதித்து குத்து சண்டை போடும் பாருங்கள்! சிறை பறவைகள் போல சில போக்கிரி எலிகள் உண்டு. அவர்கள் அடிக்கடி சிறைக்குப் போவார்கள் .இவைகள் அடிக்கடி குகைக்கு போவார்கள்.சிக்கவே சிக்காது.

சிக்கிவிட்டால் சீமை எண்ணெய்தான். மலை மக்களிடம் தங்களது வயல்வெளிகளை ஒருபோகம் பயிரிடாமல் ‘அணீகலு’ வயலாக விட்டு வைக்கும் பழக்கம் இருந்தது. சில வயல்கள் இரண்டு ஆண்டுகள் மூன்றாண்டுகள் கூட பயிரிடாமல் இருந்தது. குடியேறிகள் பேராசைக்காரர்கள். எங்கு நிலம் இருந்தாலும் எவ்வளவு கந்தாயம் தந்தும் நிலத்தை வாங்கி விடுவார்கள். பல ஆண்டுகள் பயிரிடப்படாமல் இருக்கும் அது போன்ற நிலங்களில் பெருக்காண்கள் ஒரு பன்றி குட்டியை போல வளர்ந்து மனிதர்களை எதிர்க்கும் அளவிற்கு துணிந்துவிடும்.

இன்று எல்லா பகுதிகளிலும், சமவெளி உள்பட உருளைக்கிழங்கு பயிரிடப்படுவதால் நீலமலையில் உருளைக்கிழங்கு வேளாண்மை சிறப்பாகஇல்லை.கேரட் பணப்பயிராகமாறிஎல்லாஇடங்களிலும் எல்லாக் காலங்களிலும் விளைந்து கொண்டிருக்கிறது. எலிகள் பாவம். உருளைக்கிழங்கை உருட்டுவதைப் போல கேரட்டை உருட்ட முடியாது. ஆனாலும் சுரண்டி கரண்டி பிரண்டி எலிகள் எப்படியோ இன்னும் பிழைத்துக் கொண்டுதான் இருக்கின்றன.

கிளியை வைத்து குறி சொல்பவர்கள் இருப்பதைப் போலவே எலியை வைத்தும் குறி சொல்பவர்களை பார்த்து இருக்கிறேன். அவர்களிடம் இருக்கும் எலிதான் எவ்வளவு அழகாக இருக்கிறது எவ்வளவு நிறக்கலவையில் இருக்கிறது எவ்வளவு அருமையான பயிற்சியை எடுத்து இருக்கிறது! புசுபுசுவென சிறு முயல் குட்டிகள் போல் இருக்கும் அவற்றை எடுத்து வருடி கொஞ்சி முத்தமிட என் மனம் துடிக்கிறது. மனிதனின் மரபணுக்களில் குடியிருக்கும் காட்டெலிகள் மீதான இந்த அச்சம் எப்பொழுது ஏற்பட்டது என்ற கேள்விக்கு ஆய்வாளர்களிடம் நிறைய பதில்கள் இருக்கின்றன.யானைகளுக்கு எலிகளைக்கண்டால் பேரச்சம் என்றக் கதைகள் உண்மையா? பொய்யா? தேக்கு பலகையைக்கூட தன் பற்களால் கரண்டித்தள்ளி, உள்ளே இருக்கும் நூல்களின் ஏடுகளைக்கொரித்து, வளைபோடும் வளையாத எலியின் பற்களைக் கண்டால் என்னதான் செய்வது?

விறகு வேட்டை | 18

தவட்டை என்கின்ற காட்டுக்கொய்யா

நீலமலைகளில் எல்லாக்காலங்களிலும் விறகு சேகரிக்கச் செல்வார்கள். குறிப்பாக மழை பெய்யும் மூன்று மாதங்கள் காய்ந்த விறகு சேகரிக்க இயலாது என்பதால், வேசைக் காலங்களில் அதிகப்படியான ஊர்மக்கள், ஆப்பிரிக்காவில் இருந்து வெளியேறிய மனித இனத்தைப்போல சோலைக்காடுகளில் திரிவதை பார்க்க முடியும்.

வன வேட்டை இருவகைப்படும். அரசின் உடைமைகளைத் திருடுவது. அரசின் உரிமைகள் தனியாருக்கு தாரைவார்க்கும் பொழுது அவர்களிடமிருந்து திருடுவது. பழங்குடி மக்கள் எப்பொழுதும் முதல் வகையை மட்டுமே தேர்ந்தெடுப்பர். குடியேறிகளுக்கு அப்படி யெல்லாம் கட்டுப்பாடுகள் ஒன்றும் கிடையாது.

குழுக்களாக செல்வார்கள். லுங்கிகள், தாவணிகள், சேலைகள்,

வேட்டிகள் என்று தனித்தனி குழுக்களும், சில நேரங்களில் கலவையாகவும், சிலநேரங்களில் குடும்பமாகவும், இயற்கை தரும் எரிபொருளை வேட்டையாடும் வயலாடிக்கூட்டம்.

கெண்டப்பனியில் காலை நான்கரை மணிக்கு வழிகாட்டிகள் கதவை தட்ட பயணம் துவங்கிய ஒரு மணி நேரத்திற்குள் கை கால்கள் விறைத்துவிடும். வன தேவதைக்கு பூ செய்துவிட்டு விடியலுக்காக காத்திருப்பார்கள். போகும் வழியில் கத்திக் கொண்டு ஓடும் காட்டாடுகளை குரைத்துக்கொண்டு துரத்தும் செந்நாய்களையும்

யானைக் குட்டிகள் போல் வளர்ந்திருக்கும் காட்டு எருமைகளையும் துள்ளிக் குதித்தோடும் புள்ளிமான்களையும் காண நேரிடும். காட்டுப்பன்றி கூட்டத்தையும்,சில நேரங்களில் சிறுத்தைகளின் நடமாட்டத்தையும்கூட காண வாய்த்திருந்தது. நான் ஓரிரு முறை மலபார் அணில்கள்கூட பார்த்திருக்கிறேன். முள்ளம் பன்றிகள், காட்டுப் பூனைகள், பெருநரிகள், இவற்றை எங்கும் காணலாம். கருங்குரங்குகள் தன் எல்லையைத் தொடாதே என்று எச்சரிக்கை குரல் கொடுக்கும்.

காட்டுக்கோழிகளை எங்கும் காணலாம். பலவகையான புறாக்கள் தலை சரித்து மனித வியப்புகளை ஆய்வு செய்யும். எல்லா நிறங்களிலும் குருவிகள் மலர்களோடு போட்டியிடும். பட்டத்தின் வால் போல மிக நீண்ட வாலாட்டி குருவிகள் கண்முன் வானவில் கோடுகளை வரைந்துவிட்டு மறையும்.

ஒண்டி குரங்குகளிடம் மாட்டிக்கொண்ட பெண்களைப் பற்றிய கதைகள் நீளும்.ஒண்டி எருமை, ஒண்டிச்சிறுத்தை, ஒண்டிச் செந்நாய், ஒண்டிப்பன்றி போன்றவை சமூகத்தால் விலக்கப் பட்டவர்கள். சீற்றம் மிகையாக இருக்கும். ஒண்டிப் பேய்களும் வன்மம் நிறைந்தவை. நானும் ஒண்டிக்காடோடியாக திரிந்திருக்கிறேன். ஓரிதழ் மலர் தனித்துவம். ஒற்றைக் கனி கவித்துவம்.

வசம்பு சோலையில் இருந்து ஒரு கிலோ மீட்டர் சுற்றளவில் அதன் மணம் மூக்கை வருடும். மரக்களத்தை நெருங்கும் பொழுது, பொழுது புலர வில்லையெனில், தீ மூட்டம் போட்டு குளிர்காய்வார்கள்.பெரிய கைக்கோடாரி நிபுணர்கள், மரத்தை அடையாளம் காண்பார்கள்.நாறிப்புகையும் தூடை மரத்தை விவரம் தெரிந்தவர்கள் வெட்ட மாட்டார்கள். பிளப்பதற்கு மிக எளிதாகவும் அதேசமயம் கிடுகிடுவென பற்றி எரியும் கேஞ்சி மரம் வாய்ப்பது அரிது. கோக்கல் மரத்தின் ஒரு செராய் ஒரு

நாள் முழுவதும் நின்று எரியும். கைக்கோடாரியால் பிளக்க முடியாது.அதவை,பிக்கி, பலாக்கொட்டை அளவில் காய்க்கும் மாமரம் போன்ற எண்ணற்ற குறிஞ்சியின் இயல்வகை மரங்கள் உண்டு.சீகை, கற்பூரம்,பைன் போன்ற அயல்வகை மரங்களும் உண்டு.

இயல்வகை மரங்கள் பொதுவாக அடர்ந்த சோலைக்குள் இருக்கும். பெண்கள் வெட்டுக்கத்திகளால் செடி கொடிகளை வெட்டி பாதை அமைப்பார்கள். ஆண்கள் மரத்தை எந்தப்பக்கம் சாய்க்க வேண்டும் என்றும், எத்தனைபேர் தலைச்சுமைக்கு தாங்கும் என்றும் கணக்கு போடுவார்கள். அரை அடி அளவுக்கு கன்றை வைத்து கோடாரிகள் தாக்கும். காய்ந்த மரம் சிறு சில்லுகளாய் கண்ணீர் ததும்பும். மரம் சாய்ந்ததும், செந்நாய்களின் கூட்டம்போல குழு மரவேட்டையாடும். பெண்கள் சிறு கிளைகளையும், இளைஞர்கள் பெருங்கிளைகளையும், நிபுணர்கள் நெடுமரத்தையும் துண்டாடுவார். மீதி இருப்பினும் அனுமதியின்றி வேறு குழுக்கள் நெருங்க மாட்டார்கள். மரத்தின் அளவைப் பொறுத்து குழு, இரண்டாக மூன்றாகப் பிரிந்து கூட செயல்படும்.

விறகு கட்ட கயிறு தேவை. அந்த கயிறு பயணிக்கும் அழகு நீங்கள் பார்த்திராத ஒன்று. பெண்களில் பலர் இரண்டு மூன்று கயிறுகளை தங்கள் தலையில் சுற்றி மணிமகுடம் அணிந்த பேரரசி போல் காட்சியளிப்பார்கள். ஒரு சிலருக்கு அது வேட்டை நேர ஒட்டியானமாக மாறும். ஆண்களில் பலர் அதை பிரிமனை போல் சுற்றி தோளில் வளையலாய் போட்டுக்கொள்வார்கள். நான் பொதுவாக கயிறு எடுத்துச்செல்லமாட்டேன். இளம் பெண்களிடம் கயிறு கடன் வாங்கும் சாக்கில் ஏதாவது கயிறு திரிக்கலாம். ”இதுக்கு மின்னாடியே பத்து கவ்று வாங்கிர்க்க, ஒன்னுகூட திரும்பி வரல.நா என்ன இளிச்சவாச்சியா?” என்று சிலது நொந்து கொள்ளும். நண்பர்களிடம் பப்பு வேகாது.”கைய வீசிட்டு வர்ற .கைறு மைருன்னு”காட்டுக்குடிகளாய் மாறி விடுவார்கள்.

சீகை மரத்தின் இளம் தறிக்குச்சியை வெட்டி அழகாக பட்டை உரிக்க முடியும். இரண்டு மீட்டர் வரை கூட பாம்பு சட்டையை உரிப்பது போல் உரிக்க முடியும். கற்பூர மரத்தின் பட்டையையும் பயன்படுத்தலாம். பலவகையான காட்டு மரச்செடிகளை நுனியில் இணைத்து முடிபோட்டு கயிறாக பயன்படுத்தலாம். மேலும் மிகவும் விறைப்பான காட்டுக்கொடிகளுக்கு நீலமலையில் பஞ்சமே இல்லை. பொதுவாகவே பச்சை செடி கொடிகளை

வெட்டக்கூடாது என்பது மலை மக்களின் பச்சையப்பற்று.

சோலைச்சாலைகளில் வனக்காவலர்களின் நடமாட்டம் கண்காணிக்கப்படும். இக்கட்டான நேரங்களில், பிக்கி மர நிழல்களில் காடோடிகள் கடுமையான தவம் இருக்க நேரிடும். கிளையில் குந்தியிருக்கும் கருங்குரங்குகளும் தவத்தில் இணைந்துகொள்ளும். காட்டுக்கொம்பன்களுக்கு கொம் பொலிகள் என்றாலே பேரச்சம். கள்ளத்தனமாக மது வடிக்கும் கூட்டத்தின் மேல், காவல்துறை படையெடுக்கும் இடங்களை, பொதுவாகவே காடோடிகள் தவிர்த்துவிடுவார்கள்.

சீகை மரப்பட்டைகள் சாயம் தயாரிக்க பயன்படும். ஆதலின் பட்டை உரிக்கப்பட்ட மரங்கள், ஒரே அளவில் துண்டாடப்பட்டு, காய்வதற்காக அடுக்கி வைக்கப்பட்டிருக்கும்.அவ்வகை இடங்கள் கூப் என்று அழைக்கப்படும். பொதுவாக இளைஞர்கள் கூட்டம் நள்ளிரவில் சென்று கூப் விறகை கொள்ளையடித்து வந்து விடும். பகலில் பல நேரங்களில் வனக்காவலர்கள் சீறுந்துகளில் சீறிக் கொண்டு இருப்பார்கள். பகலில் கூப்காரன்கள் அடாவடிகள் கூடும். சீகைத்தறிகள் சிறு கையூட்டுக்குப்பின் விறகுகட்டுகளாக உருமாறும். ஆனாலும் புகைந்து கொண்டிருக்கும் கூப்குடிசைகள் சூனியக்காரனின் குடிசை போலவே, திகில் நிறைந்ததாய் அச்சம் அளிக்கும்.

கூடைவிறகு சுள்ளிவிறகு பொறுக்குவிறகு அடிக்கட்டைவிறகு போன்றவைகள் பெண்கள் மட்டும் சேகரிக்கும் விறகுவகைகள். கரிவிறகு,காஞ்சவிறகு போன்றவை பொதுவானவை.பச்சையாக இருக்கும் கற்பூர மரங்கள் மற்றும் சீகை மரங்கள் ஆண்கள் மட்டுமே இரவில் சென்று சேகரிக்கும் வகைகள். இவைகள் விறகாக பயன் படாமல், வேலி கட்டவும், வீடு கட்டவும் பயன்படும். கட்ட சொப்புவிறகு என்பது, குறிஞ்சியில் ஒருவகை. ஆறேழு அடிகள் உயரத்தில் கரும்பின் தடிமானத்தில் வளர்ந்தி ருக்கும்.ஏழு ஆண்டுகளுக்கு ஒரு முறை பூ விட்டு, தானாக காய்ந்துவிடும்.

நீலக்குறிஞ்சி இலையும் வெளேரிச் செடியின் பட்டையும் வெற்றிலைப்பாக்காய் மாற நவூண்டு சுண்ணாம்பு இருந்தால் போதும், வாய் செக்கச்செவேலென்று சிவக்கும்.

சுமைச்சாமிகள், ஆண்களின் தோள்களிலும் பெண்களின் தலைகளிலும் ஏறிக் கொள்வார்கள். போர்வைகள் பெண்களின் தலை சும்மாடாக சுற்றப்படும். ஆண்களின் சுமைதாங்கிகளாக மடிக்கப் படும். வியர்வை சொட்ட சொட்ட சாமியாடிகள் மெது

மெதுவாக, மலைகளின் ஏற்ற இறக்கங்களில், ஆடிக் கொண்டிருப்பார்கள். துடிப்பான வழிகாட்டிகள் இருப்பார்கள். பெண்களுக்கு தலையில் சுமையை ஏற்றிவிடவேண்டும். ஆண்களுக்குத் தூக்கிவிடவேண்டும். அன்றியும் எல்லோருக்கும் முன்பாக சென்று சுனைகள் இருக்கும் இடம் தேடிக் கண்டுபிடித்து சுமைகளை இறக்கி வைத்துவிட்டு, மீண்டு வந்து சுமை அழுத்தம் உள்ளவர்களிடமிருந்து, அவர்களை விடுவித்து, சுமைகளைக் கொண்டுவந்து சேர்க்க வேண்டும். இவர்களே பழங்கள் இருக்கும் இடங்களையும் கண்டுபிடிக்க வேண்டும்.

தவட்டைப்பழம் என்ற காட்டுக் கொய்யா அமிழ்தமிழ்து. மிகுபடும் கனிகள், வீட்டிலிருந்த காதலர்களுக்கும், குழந்தைகளுக்கும் வகுபடும். அரி நெல்லிக்காய் அளவில் இருக்கும் காட்டு ஆரஞ்சுகளை அப்படியே தோலோடு சுவைக்கலாம். மலை நாவல் பழம், பிக்கி பழம், மிகப் புளிப்பாக இருக்கும் மலைக்களாக்காய், முட்டை வடிவ மலை இலந்தை, முட்செடிவகை கருப்பு, மஞ்சள், ஊதா நிறங்களில் காட்டு பெர்ரி பழங்கள்,காட்டு ஸ்ட்ராபெர்ரி என்று ஆயிரக்கணக்கான பழவகைகள் உண்டு.

மதிய உணவுக்கு வீடு திரும்பி விடுவார்கள். மாலை நேரங்களில், இளைஞர்கள் மரத்தை துண்டு செய்து பிளப்பார்கள். பெண்கள் வேண்டிய அளவுக்கு விறகை சிறிதாக்குவார்கள். இரண்டு கைகளிலும் தாங்கி குழந்தைகள் விறகுகளை கடத்துவார்கள். பெருசுகளால் அட்டாலுக்கு அடைகாக்கப்போகும் விறகு, ஆத்தைப் பூச்சிகளை பொரித்து தள்ளும்.

நாங்கள் குடியிருந்த, மொட்டோரை என்ற பகுதியின் புதுக்குடியேறிகளுக்கு,ஒரே வாரத்தில் வீடுகளை கட்டி முடிப்போம். வீடுகள் கட்ட குத்துக்கழி நடப்படும். இருபக்கங்களிலும் தறிகள் அடிக்கப்படும். சுவர்கள் சகதியால் நிரப்பப்படும்.நெட்டுக் கழிகள்மீது விட்டங்கள் அடிக்கப்படும். விட்டங்களின் குறுக்காக தறிகள் அடிக்கப்படும். எல்லா இடங்களிலும் பல்வேறு வகையான நீள ஆணிகள் பயன்படுத்தப்படும். கூரையில் பாய் அடிக்கப்பட்டு, அதன் மீது லேசாக சகதி நிரவப்பட்டு சீமை ஓடுகள் பதியப்படும். உறவினர்களும் நண்பர்களும் சேர்ந்து வீடு கட்டுவார்கள். சேர்ந்து சோலைக்கு சென்று கழிகளை வெட்டி வருவார்கள்.இப்படியான குடிசை வீடுகளில் வாழ்க்கையை துவக்கிய பலர் இன்று பொருளாதாரத்தின் மிகஉயர்ந்த நிலையில் இருக்கிறார்கள்.

கடந்த பதினைந்து ஆண்டுகளில் தட்பவெப்பநிலை பெரிதும் மாறி இருக்கிறது. சமையல் எரிவாயு எல்லா வீடுகளிலும்

மணம் பரப்புகிறது. மின்சார அடுப்புகளும் சூடேற்றிகளும் இல்லாத வீடுகளே இல்லை எனலாம். வேசைக்காலங்களில் பகலில் மின் விசிறிகள் பயன்படுத்தும் அளவிற்கு காலநிலை மாறி விட்டது. நிலங்கள் எல்லாம் சொகுசு கட்டிடங்கள் கட்ட விற்பனையாகி வருகின்றன. காடோடிகளாய் வாழ்ந்த சமூகம் இன்று நாடோடிகளாய் சமவெளிகளை நோக்கி இறங்க ஆரம்பித்து விட்டது.

அடுமனை | 19

ஊட்டி வர்க்கி தயாரிப்பு

மலையகத்தில் அடுமனை ரொட்டி ஒரு முதன்மை உணவு. வயல்களில் வேலை செய்யும் வயலோடிகளுக்கு நடுவேலை உணவாக இந்த ரொட்டியும் வறக்காப்பியும் வழங்கப்படும். பின் நாட்கள் பால் காப்பிக்கு மாறியது வேறு கதை.பெண்களுக்கு அரை அச்சும் ஆண்களுக்கு முக்கால் அச்சும் அந்தக் காலத்தில் ரொட்டி உணவாக வழங்கப்பட்டது. நன்றாக உழைப்பவர்களுக்கு முழு அச்சு கூட எங்கள் வயலில் வழங்கப்பட்டதை நான் பார்த்திருக்கிறேன்.பெரும்பாலான நாட்களில் வயலில் வேலை இருந்துகொண்டே இருக்கும். எத்தனை ஆட்களுக்கு ரொட்டி தேவை என்பதை நான் முன்கூட்டியே தெரிந்துகொண்டு காலை எட்டு மணிக்கு எல்லாம் அட்டிக்கு சென்று ரொட்டி வாங்கி வரவேண்டும். எனது பள்ளிகாலத்தில் இதுதான் எனது தலையாய கடமை.

உதகையிலிருந்து இதமான வெம்மையுடன் லேசான நொதிப்பு புளிப்பு மணம் கலந்த அடுமனை சுவைகள், மிகப்பெரிய இரண்டு கூடைகளில், நஞ்சநாட்டிற்கு முதலில் வரும் பேருந்தில் வந்து இறங்கும். அந்தக்கூடைகள் புதியவகை என்பதால் அதற்கு தனியாக ரொட்டிக்கூடை என்று பெயர் இருந்தது. அந்தக் கூடைகளை பேருந்தில் இருந்து இறக்கி, வாடிக்கையாளர்களுக்கு பல்வேறு அடுமனை வகையறா தொகையறாக்களை விற்பனை செய்தவர் ரொட்டிக்கார முத்துசாமி. சில நேரங்களில் ரொட்டி கிடைக்காமல் போய்விடும். எனவே நான் முன்னதாகவே சென்று விடுவேன். பேருந்து வரும் வரை அவர் நிறைய கதைகளைக் கூறுவார். நான் பள்ளியில் படிக்கும் பையன் என்பதாலும் அவர் மொட்டோரையை சேர்ந்தவர் என்பதாலும், இந்த காலை நேர சிறப்பு வகுப்புகள் அடுமனை மணங்களைப் போலவே பல்வேறு சுவையானதாக இருக்கும். அவர்தான் முதன் முதலில் என்னிடம் ஆண் பூக்கள் பெண் பூக்கள் பற்றி பேசினார் என்பது இன்று வரை நினைவில் இருக்கிறது. அவருக்கு கிரிகோர் மெண்டிலின் பட்டாணிப் பூக்களின் அயல் மகரந்த சேர்க்கை பற்றிய ஆய்வுகள் எதுவும் தெரியாது.

ஒரு சில ஆண்டுகளுக்குப் பிறகு நஞ்சநாடு ஊர்லட்டியில் நந்தனார் என்பவர் அடுமனை ஒன்றை கட்டி அங்கேயே சுடச்சுட சுட்டார் சுவைத் தீனிகளை. கப்பத்துரையிலும் கடை விரித்தார்.வணிகம் நன்றாக செல்லவே ஒரு சில ஆண்டுகள் கழித்து ஒட்டபோசன் என்பவர், பொது தொண்டுப்பட்டி இருந்த இடத்திற்கு அருகில் அடுமனை ஒன்றைக் கட்டி வணிகம் செய்தார். மொட்டோரை கூலி ஆட்கள், வேசை காலத்தில், சோலைக்குச் சென்று பட்டுப்போன காய்ந்த மரங்களை, துண்டு துண்டாய் வெட்டி வந்து குவிப்பார்கள்.

ஒரு பத்துக்கு பதினைந்து அறையில், பத்துக்குப்பத்து என்ற அளவில் சுடுமனை இருக்கும். அரையாள் உயரத்திற்கு மேடை அமைத்து கருங்கற்கள் பாவியதன் மேலாக மிகத்தடிமனான கலவைப்பூச்சு இருக்கும். அதற்கு மேல் ஐந்து அடி உயரத்தில் புகை போக்கி வைத்திருப்பார்கள். அந்த இடைப்பட்ட இடத்தில் தான் அடுமனையின் விதவிதமான சுவைப்புதையல்கள் கிடைக்கும். அடுமனையை சுற்றி ஒரு கிலோமீட்டர் சுற்றளவில் என்ன சுடப் படுகிறது என்பதை சுவை நிபுணர்கள் சரியாக கனித்து விடுவார்கள். மணம் கமழும் அந்த சுற்றுவட்டம் நாசிகளுக்கான நறுமணக் கோட்டை. மனக்கோட்டை ஆக்கத்திறனாடிகளின் படைப்பூக்கம்.மணக்கோட்டை சுவையாடிகளின் படையலூக்கம்!

கடைகளுக்கு வரும் நறுமணப் புகைத்தூற்றிகளை பார்த்து இருப்பீர்கள்.புகைப் போக்கி வழியே செல்லும் புகை அடுமனை மணத்தை கோடைக் காற்று தூற்றிவிட மலையெங்கும் பரவும் மணத்தூறல்.

அடுமனை தொழிலில் வல்லவர்கள் கேரளர்கள் தான். இந்த ஊர்லட்டி அடுமனையிலும் நான்கு ஐந்து கேரளா இளைஞர்கள் எந்நேரமும் பீடியைப் புகைத்துக்கொண்டு வேலை செய்வார்கள். நீலமலை கடுங்குளிருக்கு

மேல்சட்டைக்கூட இல்லாமல் எந்நேரமும் தகதகக்கும் வெப்பத்தில் வேலை பார்த்தவர்கள் இவர்களாகத்தான் இருக்கக்கூடும். வேறுவேறு சுவையில் பல்வகையான கடிவகைகளை இவர்கள் தயாரித்துக் கொண்டே இருப்பார்கள். ரொட்டியில் இரண்டு மூன்று வகை உண்டு. ஒன்று பால் ரொட்டி, மற்றது கோதுமை ரொட்டி, இன்னொன்று எல்லா இடங்களிலும் கிடைக்கும் பொதுவகை. தீயாத ரொட்டியை தீயாக உற்று நோக்கி வாங்கி வரவேண்டும். இல்லையென்றால் பெருசுகளின் ஏவடியும் தாங்க முடியாது. ஆனாலும் ரொட்டியின் லேசாக கருகிய பாகம் குழந்தைகளின் பேரவா. நோயெதிர்ப்பிகள் அதில் அதிகம் உள்ளது என்பதும் ஆய்வு முடிவுகள்.

இரண்டுவகை வட்டுரொட்டிகள் உண்டு. ஒன்று பெரியது மற்றொன்று சிறியது. தேங்காய் துருவல் போட்ட தட்டு அளவிலான பெரியவகை சிறப்பானவை. ரொட்டி கிடைக்காத நாட்களில் இதுதான் நடுப்பகல் ’பசிக்கு’. வெல்லத்தில் ஊறியத் தேங்காய் துருவல், புளித்த மாவுடன் சேர்ந்து தரும் சுவை தனிப்பட்ட வகை. ஒரு சில குழந்தைகள் தேங்காய் துருவலை உடனடியாக விரும்பி உண்டு மீதத்தை ஒதுக்குவதை காணநேரிடும்.

பல வகை வர்க்கிகள் உண்டு. சதுர மற்றும் வட்ட வகைகள் குறிப்பிடத் தகுந்தவை. நெய் வர்க்கி, இனிப்பு வர்க்கி மற்றும் பெரிய வர்க்கி என்ற வகைகளும் உண்டு.பக்கோடா போன்ற சிறிய இனிப்பு வகை, குழந்தைகளின் செல்லக்கடி. மென்தட்டைகளில் மென்மை, முறுமுறுப்பு, வடிவம், சுவை, மணம் என்று பல வகைகள்உண்டு. நீல மலைகளில் கிடைக்கும் உப்புவகை வேறு எங்கும் கிடைக்காதது. இன்றளவும் உதகை வர்க்கி உதகையின் ஒரு பெரும் வணிக உற்பத்தி. வர்கீஸ் என்ற ஒரு மலையாளி பெயரில்தான் இந்த உணவு வகை என்றும் அழைக்கப்படுகிறது என்பது கூடுதல் தகவல். உதகையின் தட்பவெப்பத்தில் உருவாகும்

இந்த சுவை வேறு எங்கும் வாய்க்கலாகாது.

பொதுவாக ரொட்டியை காபியில் முங்கி எடுத்து வாயில் மிடறு மிடறாக போட்டு முழுங்குவார்கள். ஏனெனில் காப்பியின் வெப்பம் தேவை. குறிப்பாக கொதிக்கும் நீரில் வெல்லம் மற்றும் பச்சை தேயிலையும் மலைக் கொத்துமல்லியும் சேர்த்து வயலில் காய்ச்சப்படும் தேநீர் கூடுதல் சுவை. சில நாட்களில் சில வயலாடிகள் வயலில் ரொட்டிக்கு தொட்டுக்கொள்ள வடை கிடைக்கும். பல வயல்களில் உருளைக்கிழங்கு காரக்கறி ரொட்டியோடு உறவாடும். சில உணவு விடுதிகளில் ரொட்டிக்கு என்று தனியாக காரக்குழம்பு இருந்தது. நம்மூரில் கிடைக்கும் சுருட்டப்பட்ட வீச்சு சுடுகல் ரொட்டிகள் நீலமலையில் கிடைக்காத காலம் அது!

அரசு மருத்துவமனையின் ரொட்டியும் வெண்ணையும் ஒரு பிரிக்க முடியாத கூட்டணி. வெங்காயம் பச்சை மிளகாய் சேர்த்த தாளித்தரொட்டி மலையின் தனித்துவம். சர்க்கரை சேர்க்கும் இனிப்பு வகையும் உண்டு.

என்ன உணவு வகை தயாரிக்க வேண்டும் என்பதற்கு எவ்வளவு வெப்பம் என்ற அளவுகோல் உள்ளது. சுடுமனையின் மீது முதலில் காய்ந்த மரத்துண்டுகளை எரித்து சூடாக்குவார்கள். வெப்பம் ஏறிய உடன் மேலிருக்கும் கரித்துண்டுகள் ஒரு பக்கமாக தள்ளப்பட்டு சுடுமிடம் தூய்மையாக்கப்படும். ரொட்டிகளுக்கு என தனியாக தகர அச்சுக்கள் இருந்தன. முன்தினமே காடி கலந்த மாவு புளித்து உப்பி சுவையாக சுளையாக வேக காத்துக்கொண்டிருக்கும். அடுப்புத் துடுப்புகளில் ஏறும் ரொட்டி அச்சுகள் நெருப்புப்படகில் ஆழ்துயில் செல்லும். சுடுமனை சுடுவிழாவில் வரிசையாக ஒன்றையொட்டி மற்றொன்று இருக்கையமர்த்தப்படும்.

வெந்து கொண்டிருக்கும் பொழுது எழும் ஆவியினூடே கலந்து பரவும் மணத்தை நல்வாய்ப்பு கிட்டின் உணரலாம். உங்களுக்கு நுகரும் திறன் அதிகமாக இருக்குமானால், ரொட்டியின் முதல் வேக்காட்டில் இருந்து, எங்கேனும் வெப்பம் அதிகமாக இருக்கும் இடத்தில் ரொட்டி கருகும் வரை பல்வேறு அலை வரிசைகளில் நாசியின் நரம்புகள், நியூரான்களை மூளைக்கு அனுப்புவதை உணரலாம். ஆவி பிடிப்பது ஒரு நல்ல மருத்துவம். நுரையீரலுக்கு இதமானது.மணம் பிடிப்பதும் நவீன மருத்துவம் தான். மனதுக்கு நல்லது.

30 ஆயிரம் வருடங்களுக்கு முன்பே மனிதன் மாவு வகையறாக்களை பாறையில் தேய்த்து காய வைத்து உண்டிருக்கிறான் என்பது தொல்லியல் ஆய்வு முடிவு. நாட்டுக்கு நாடு ஆயிரக்கணக்கான ரொட்டி வகைகள் உள்ளன. நெருப்பில் வாட்டி சுடும் ரொட்டி வகைகள், அடுமனையில் சுடும் ரொட்டி வகைகள், ஆவியில் வேக வைத்த ரொட்டி வகைகள், எண்ணெயில் பொரித்த ரொட்டி வகைகள் என்றும் வகைப்படுத்தலாம். தமிழ்நாட்டின் புட்டு வகைகள், அடை வகைகள் மற்றும் அப்பம் ஆப்பம் வகைகளையும் இங்கே சேர்த்துவிட முடியும். வெளிநாடுகளில் கிடைக்கும் புட்டி ரொட்டிகள் ஏனோ நம் நாட்டில் கிடைப்பதில்லை!

நிகழ்காலத்தில் கூலி வேலைக்குச் செல்லும் வயலோடிகள், அவர்களது நடுவேளை உணவை அவர்களே எடுத்துச் செல்கின்றனர். கொட்டும் மழையில் உட்காரக்கூட இடமில்லாமல் நின்று கொண்டே சுடச்சுட காப்பி கலந்த ரொட்டியை விழுங்கி, குடலை சூடேற்றியக் காலம் மலையேறிவிட்டது. உணவு விடுதியின் வீச்சு ரொட்டிகளும் சீமைக் கோழிக்கறியும் சிற்றூர்களில்கூட கிடைக்கிறது. போலவே சமவெளி முழுவதும், அரோமா பெயரிலான அடுமனைகளில் மின்சார அடுப்புகளில் இவ்வகை ரொட்டி வகைகள் நொந்து வருகின்றன. ஆனாலும் காளான், வெங்காயம், உருளைக்கிழங்கு, காய்கறிகள் மற்றும் முட்டை அடைக்கப்பட்ட உப்பிவகை ஒப்பிட்டுகள்தான் சமவெளியில் சக்கைபோடு போடுகிறது.

சமவெளியில் ஊறவைத்த கட்டைக்கார் அரிசியுடன் அச்சு வெல்லம் தேங்காய் சில்லு படைத்து,குலவை போட்டு வாழ்த்து பாடிய,நடவுப்பெண்டிர்கள் வடை போண்டாவிற்கு மாறி, நிகழ்காலத்தில் சூடுகாக்கும் நவீன டப்பாக்களில் நீராகாரத்தை எடுத்துக்கொண்டு மிடுக்காக உடுத்திக்கொண்டு இளஞ்சிவப்பு பேருந்தில் ஏறி குளிரூட்டப்பட்ட வணிக வளாகத்திற்கு வேலைக்கு போய் விடுகின்றனர்.போலவே மலை பெண்களும் கடலை மாவு தின்பண்டங்களுக்கு மாறிவிட்டனர்.”வேல முடிஞ்சதும் எதாவது நாய்கீய் கெடைக்குமா?”என்பது ஆண்களிடம் அன்றாடம் புழங்கும் சொல்லாக மாறி மலையர்களின் ஈரலை அரித்துக்கொண்டிருக்கிறது.

தைலக்குடில் | 20

தைலக் குடிசை

பாக்கு மரங்களைவிட மிகவும் உயரமான தைல மரங்களின் உச்சியில் இருந்து ஒருவர் மற்றொரு மரத்தின் உச்சிக்கு தாவுவதையே நான் நேரில் கண்ட ஆகச்சிறந்த மனிதனின் குரங்குத்தாவல் என்று கூறுவேன். தன்னிடமிருக்கும் கவை குச்சி ஒன்றை வைத்து அருகில் இருக்கும் மரத்தின் நாந்தை இழுத்து, அந்த மரத்திற்கு தாவி... படீரென்று இந்த மரத்தை விட வேண்டும். இரண்டு மரங்களும் சேர்ந்து ஒரு குத்தாட்டம் ஆடிவிட்டு ஓயும். அதுவரை குரங்கைப்பிடித்த குரங்கின் குட்டியாய் மனிதன் மரத்தில் ஒட்டிக் கொண்டு இருப்பான்.

ஒரு பனையேறி பல சிறு சிறு கத்திகளை தன் இடுப்பில் செருகி வைத்திருப்பதைப் போலவே தைல மரமேறியும் வைத்திருப்பான். தனக்கு மரத்தில் சரியான பிடி கிடைத்தவுடன், ஒரு கையில் மரத்தை தொற்றிக்கொண்டு மறு கையில் தனது தைலக்கத்தியை கொண்டு,மிலார்களை கழித்துக் கொண்டிருப்பான். ஒரு பூதப்பறவை தன் சிறகுகளை உதறி உதிர்ப்பதைப் போல அவைகள் ஒவ்வொன்றாய் கீழே விழும். கோழியை கொதிக்கும் தண்ணீரில் அமுக்கி கொன்றுவிட்டு அதன் மயிர்களை ஒவ்வொன்றாக பிரித்து எறிவார்கள். இங்கு மயிர்கள் கொதிக்கும் தண்ணீரில் அமுக்கப்படும்!

தைலக்குடிசை என்பது தைலம் காய்ச்சும் இடம். அந்தக் குடிசை எச்சஇலைகளிலேயே கட்டப்பட்டிருக்கும். குடிசையை சுற்றி சிறு சிறு குன்றுகள் போல் தைலம் வடிக்கப்பட்ட இலைகள் குவிக்கப்பட்டிருக்கும். அடிப் பகுதிகள் மிகவும் மக்கிப் போய் உரமாக மாறியிருக்கும். ஒரு சிலர் உரமாக தங்களது காடுகளில் பயன்படுத்தியதை பார்த்திருக்கிறேன். ஆனால் அது மண்ணையும் எரித்துவிட்டு விளைச்சலையும் குறைத்துவிடும் என்ற நம்பிக்கையும் இருந்தது.

தைலம் காய்ச்சும் இடம் உண்மையிலேயே ஒரு கொல்லிப்பாவை குடிசை போலவே அச்சுறுத்தும் இடமாக காட்சியளிக்கும். குடிசையின் மீது நெளியும் புகைவளியின் வழிகளும் வளையங்களும் கூடவே சேர்ந்து வரும் மணமும் வெகுதூரம் வரை கூத்தடிக்கும். எதிர்திசையில் பயணிக்கும் ஒரு வேற்றுலக பேருயிரியின் நரைத்த கூந்தல் கற்றைகளைப்போல அவை காற்றில் அசைந்தாடும். சிலநேரம் ஒற்றை இலக்கில் இருந்து சீறிப்பாயும் புகை கக்கி வானூர்திகளின் புகைச்சாலைப்போல பல திசைகளிலும் கதிராடும்.காற்றின் திசை வேகத்தை பொறுத்து இந்த நடனம் வேறு வேறு அடவுகளை அமைத்துக்கொள்ளும். என்றாவது ஒரு நாள் அந்தக்குடிசையை சுற்றி ஒரு சூறாவளி அடித்தால் என்னவாக இருக்கும் என்பது இதுவரை படைப்புலகம் காட்டாத ஒரு கண்கொள்ளாக்காட்சி.

நீலமலையின் தலை கீழ் கூம்பு சூரைக்காற்றுகள் பேய்களின் பம்பரங்கள்.எதிர் மலைத் தொடர்களில், குப்பைக் கூளங்களை குவித்து, பேய்க்காற்று சுற்றினால் எதிர்க்காமால் அதன் திசை வேகத்தில் திரும்பி கண்களைப் பொத்திக்கொள்வதுதான் பேயடிப் பிசாசடியிலிருந்து தப்பிப்பிழைக்க ஒரே வழி.குழந்தைகள் பேயின் ஓலம் குறையும் வரை தாழிட்டுக்கொள்ளவேண்டும்

இயற்கை வகுத்த விதி.கசடா குட்டுகள் எரிந்துக்கொண்டிருந்தால் பேய்களுக்கு தீயுதைத் திருவிழாதான். 50 மீட்டர் உயரத்திற்கு உதைத்து பந்தாடிவிட்டு, கொள்ளிவாய்ப்பிசாசுகள் அந்தரத்தில் சுடலை கொளுத்தும்.

கேரளர்கள் அணியும் லுங்கிகள் சேலைகளைப்போல் நிறைய பூக்களை பூத்து மிகவும் வேறுபட்டதாக இருக்கும். மலைவாழ் மக்கள் மூட்டிய லுங்கிகளை அணிவது வழக்கம். கேரளர்கள் எப்பொழுதும் மூட்டாமல் தான் கட்டுவார்கள். மலைவாழ் ஆண்கள் தோளில் சுமை தூக்குவதுதான் வழக்கம். ஆனால் இவர்கள் தலையில் ஒரு முக்காடு போட்டு அதன் மேல் சுமையை தூக்கி வருவார்கள். சார்ந்த விளிச்சொற்கள் ஏராளம். தைலக்காரன், தைலக்கத்தி, தைலக்கட்டு, தைலக்கவை என்று ஒரு சில சொற்களைக் குறிப்பிடலாம். எல்லாக் காலத்திலும் இவர்களை மலையில் பார்ப்பது அரிது. வெயில் காலத்தில் வேலைகளை எல்லாம் முடித்து விட்டு மழை காலத்தில் கேரளா சென்று விடுவார்கள். பொதுவாக இவர்கள் தங்கள் பெண்டு பிள்ளைகளுடன் வந்து தங்கி வேலை செய்ததை நான் பார்த்ததே இல்லை.

குடிசையில் குறைந்த பேர்கள்தான் வேலை செய்வார்கள். ஒருவர் சோறு ஆக்குவது மற்ற இருவர் தைலம் காய்ச்சுவது என்று ஈடுபடுவர். பெரும்பாலானவர்கள் இலைக் கழிப்பதற்கும், அவற்றை கட்டாகக்கட்டி தலைச்சுமையாக குடிசைக்கு தூக்கி வருவதற்கும் சென்றுவிடுவார்கள். காய்ந்த இலைகளை சேகரித்து அதை மூட்டையில் அடைத்து பிழைப்பு நடத்தும் மலைவாழ் ஏழைகளும் உண்டு. இப்பொழுதெல்லாம் கிலோவிற்கு இந்த விலை என்று வாங்குகிறார்கள். அப்பொழுதெல்லாம் சாக்குப்பைக்கு இந்த விலை என்று வாங்குவார்கள். எவ்வளவு நன்றாக திணித்த மூட்டைகளையும் தைலக்காரன் தனது வலது காலால் திணித்து அரை மூட்டை ஆக்கி விலையை பாதியாக குறைத்துவிடும் வல்லமை வாய்ந்தவன்! பச்சை இலை அதிகம் கலந்து இருந்தாலும் தைலம் காய்ச்ச முடியாத மிட்டாய் இலைகள் இருந்தாலும் கூட அவன் கண்டுபிடித்து விடுவான்! மக்கிய இலைகளை கண்டுபிடிக்க முடியாத மக்கும் இல்லை அவன்!

தைலம் வடிப்பதற்கு என தனியான கொதிகலன்கள் உண்டு. அவற்றில் போதிய அளவில் பச்சை மற்றும் காய்ந்த இலைகளை நிரப்பி நீர் நிரப்பி இறுக்கமாக மூடி, காய்ந்த எச்ச இலைகளை, பச்சை தைல தறிகுச்சிகளால் உலையின்

உள்ளேத் தள்ளி எரித்து வெப்பம் ஏற்றுவார்கள். கொதிகலனில் இருந்து குழாய் வழியாக அதன் ஆவி ஒதுக்கி பிரிக்கப்படும். குளிர்ந்த நீரோடையின் பாதையில் 10 மீட்டர் அளவுக்கு குழாய் பதிக்கப்பட்டிருக்கும். அந்தக் குழாய் ஓடையில் இருந்து பிறகு பக்கவாட்டில் திருப்பப்பட்டிருக்கும். இந்த குழாயிலிருந்து கொதிக்கும் தைலம் சொட்டுசொட்டாக சேகரமாகும். ஒரு ஈடு வடிகட்டலுக்கு ஏழெட்டு லிட்டர் தைலம் கிடைக்கும்!

முறையாக அனுமதி பெறாமல் தைலத்தை சமவெளிக்கு எடுத்துச் செல்லக்கூடாது. ஆனால் சமவெளி உறவுகளுக்கு மிகவும் பிடித்தமான தைலம் இதுதான். கைகால் வலி சிறுபுண், அரிப்பு நோய், தலைவலி மற்றும் உடல் வலி அனைத்திற்குமான மருந்து. மேலும் ஆவி குளியலுக்கு ஐந்து சொட்டு போதும்! ஒரு லிட்டர் தைலத்திற்கு குறைவாக தைலக் குடிசைகளில் விலைக்கு வாங்க முடியாது. அதனால் தைலம் கிரேப் வாட்டர் புட்டிகளில் அடைக்கப்பட்டு சரியான அளவில் தக்கைகள் அடித்து, அதன் பிறகு புட்டி அளவிற்கு துணி சுற்றப்படும். அதன் மேல் மீண்டும் மெழுகு காய்ச்சி ஊற்றப்படும். இவ்வளவு பாதுகாப்புக்கு பின்பு தான் அது சமவெளிக்கு பயணமாகும். உறவுகளுக்கு மட்டும்தான் இந்த ஏற்பாடெல்லாம். மற்றபடி விலைக்கு ஒரு சொட்டு கூட கிடைக்காது.

பொழுது போகாத நேரங்களில் என்றாவது நீங்கள் நாட்டு மருந்து காய்ச்சும் நாடோடிகளிடம் ஒரு சில நொடிகள் செலவு செய்து வேடிக்கை பார்த்தது உண்டா? ஒரு கூம்பு வடிவ சிறு காயை உடைத்து உங்களை நுகரச் சொல்லி என்ன நடக்கிறது என்று கேட்பார்கள்? நாசியில்பட்ட மணம் விர்ரென்று உச்சந்தலைவரை ஏறும். பொட்டுகளில் தேய்த்துவிட்டு எப்படி இருக்கிறது என்று கேட்பார்கள்? பனிக்கட்டியை வைத்ததுபோல சில்லென்ற ஒரு உணர்வு ஓடும்! அது வேறொன்றும் அல்ல தைல மரத்தின் காய்தான்! உங்கள் உடல்நிலையில் நிகழும் எண்ணற்ற இயற்பியல் மாற்றங்களுக்கு காரணம் சினியோல் என்ற வேதிப்பொருள்தான்!

அரை ரூபாய் ஒரு ரூபாய்க்கு இன்று அங்காடிகளில் கிடைக்கும் சிறிய நெகிழி பம்பரங்களை நீங்கள் பார்த்து இருப்பீர்கள். இவைகள் வெறும் கைகளாலேயே சுற்றி விடப்படுபவை. இந்த வித்தையை சீனாக்காரன் தைல மர காய்களில் இருந்தே கற்றுக்கொண்டிருக்க வேண்டும். முதிர்ந்த தைலமர காய்களின் மேல் மூடி தானாக காய்ந்து தனியாக கழன்று விடும். அதன்

அடிப்பகுதியில் பம்பரத்திற்கான சிறிய கூர் இருக்கும். கட்டை விரல் ஆள்காட்டி விரல் சேர்த்து அதை சுற்றி விட்டால் வெகுநேரம் சுற்றாடும். இன்னும் அதிக நேரம் ஆட விட வேண்டும் என்றால், ஆட்டக்காரிகளுக்கு பணத்தாளை செறுகி விடுவதை போல மூடி பிளவுபடாமல் அதன் நடுப்பகுதியில் ஒரு சென்டி மீட்டர் அளவிற்கு ஒரு சிறிய சீவாங் குச்சியைக் குத்தினால் போதும்! விரல் பிடித்து சுற்ற மிகப்பெரிய பிடிமானம் கிடைக்கும். ஒரு அடி விட்ட வட்டத்திற்குள் நடக்கும் இவ்வகை பம்பர போட்டி அரங்கினை சுற்றி எப்பொழுதும் சிறுவர்களின் தலைகள் கருப்பு இதழ்களாய் தாமரை விரிக்கும்!

தைலம் வடிக்கப் பயன்படுத்தப்பட்ட தண்ணீர் மருத்துவக் குளியலுக்கு பெயர் போனது. கேரளாவில் இருந்து அரச மருத்துவம் பெற்று வரும் புகழாளுமைகளுக்கு கிடைக்கும் பொலிவைப் போலவே,தைல நீர்க்குளியலும் உடல் வலியை நீக்கி புத்துணர்வை அளிக்கவல்லது. முன்கூட்டியே சொல்லி வைத்து தைலம் வடிக்கும் நாளில் அதற்காக காத்திருக்க வேண்டும். எனது கல்லூரிக்காலத்தில் எனக்கு ஓரிரு முறை அந்த வாய்ப்பு கிடைத்தது. கொதிகலனிலன் அடியில் அண்டும் மண்டு கெட்டியாக தார்போல் காட்சி அளிக்கும். கொட்டாங்குச்சியில் தாய்மார்கள் அதை எடுத்துச்சென்று தன் குழந்தைகளுக்கு மையாகத் தீட்டுவார்கள். இதுவும் மருந்தாக பயன்படும்.

இருபது ஆண்டுகளுக்கு முன்பு வரை நஞ்சநாடு ஊரைச்சுற்றி பத்துக்கும் மேற்பட்ட தைலக்குடிசைகள் இருந்தன. தொண்டுப் பட்டிக்கு அருகில் குண்டாடாவில் இருந்த தைலக்குடிசை எனக்கு மிகவும் பழக்கமானது. எனது கல்லூரிக் காலத்திலேயே அது ஒரு முறை தீப்பிடித்து எரிந்து விட்டது. பின் அங்கு புதிதாக தைலக்குடிசை ஏதும் உருவாகவில்லை. மேலும் பெரும்பாலான தைலக் குடிசைகளும் தைலம் வடிக்க தகுதியான ஆட்கள் இன்றி அழிந்து போயின. நீலமலை முழுவதும் தேடினால் ஒரு பத்து குடிசைகள்கூட தேறாது. ஆனால் இன்று சமவெளியில் அது ஒரு பெரும் தொழிற்சாலையாக மாறியிருக்கிறது. பச்சை இலைகளும் காய்ந்த இலைகளும் நீலமலையிலிருந்து சமவெளியை நோக்கி சரக்குந்துகளில் பயணம் செய்து கொண்டிருக்கின்றன.

முளைகட்டிய உருளைக்கிழங்கு | 21

முளைக்கட்டிய உருளைக்கிழங்கு

நீலமலைகளில் உருளைக்கிழங்கை முளை கட்டுவார்கள். உருளைக் கிழங்கு விரும்பிகள் இதைக் கேட்டதும் வியப்படைவார்கள். ஒரு இருபது ஆண்டுகளுக்கு முன்னால் கூட விதைக்கிழங்கை தயார் செய்ய, செயற்கையாக முளைக்கும் திறனை கூட்டுவார்கள். வட்ட வடிவில் குழி தோண்டப்படும். குழியின் அடிப்பகுதியிலும் சுற்றுப் பகுதிகளிலும் கோணிப்பைகள் விரிக்கப்படும். குழியுள் புதுக்கிழங்கு கொட்டி நிரப்பப்படும். கூடவே கார்பன் டை சல்பைடு திரவத்தை இரண்டு மூன்று புட்டிகளில் ஊற்றி, புட்டிகளில் மிலார் குச்சிகள் செருகப்படும். கிழங்கு குவியலின் வெவ்வேறு பகுதிகளில் அமிலப் புட்டிகள் நுழைக்கப்படும், மேலும் உருளைக்கிழங்குகள் கூம்பு வடிவத்தில் கொட்டி குவிக்கப்படும். மீண்டும் கோணிப்பைகளால் மூடி, மண்ணால் மூடி விடுவார்கள். ஒரு மூன்று வாரத்தில் செழிப்பாக முளை விட்டிருக்கும்.

நல்ல நாள் பார்த்து சாத்திரக்கிழங்கை விதைப்பார்கள். சாதி மதம் பார்க்காமல் அனைவரும் இதை ஒரு சடங்காகவே செய்வார்கள். நல்ல வடிவமுள்ள மூன்று கற்கள் திடீரென தெய்வமாகும். ஆவாரம் பூக்களை போல் பூத்து குலுங்கும் கோத்தகிரி செடிகள் கோவிலாக உருமாறும். அறுவடைவரை அந்த இடம் புனிதமாகவே கருதப் படும். நல்ல மழை பெய்த காலங்களில் கோத்தகிரி செடிகள் முளைத்து பச்சைப்பசேல் என்று இருப்பதைக்கூட நான் பார்த்திருக்கிறேன். உருளைக்கிழங்கை விதைக்கும் நாளில் காட்டில் வேலை செய்பவர்களுக்கு மதிய உணவாக அரிசி சோறும் அவரைக் குழம்பும் கிடைக்கும். இந்த அவரைக்குழம்பு மலைவாழ் மக்களாகிய படுகர்களின் சிறப்புத்தயாரிப்பு ஆகும்.

பொதுவாக தாவணிகளும் லுங்கிகளும் போட்டி போட்டுக் கொண்டு பார் பிடிப்பதிலும் விதைக்கிழங்கு ஊன்றியபின் பார் மூடுவதிலும் தத்தம் உடற்கட்டுத்திறனைக் காட்சிப்படுத்துவார்கள். முதலில் பார் பிடிப்பவர் முன் ஏர் ஓட்டுபவரைப்போல துடிப்பாக செயல்படவேண்டும். ஏனெனில் அடுத்த பார் அளவிற்கான பட்டை (காலால் இழுக்கப்படும் கோடு) போட வேண்டியது அவர்தான். நடுத்தர வயது பெண்கள் விதைக்கிழங்கை தகுந்த இடைவெளியில் பதிவார்கள். மூத்த ஆண்கள் எருவையோ அல்லது உரத்தையோ பாருக்குள் விசிறுவார்கள்.

களை கொத்துதல், மண் குப்புதல், மண் கட்டுதல் போன்ற பராமரிப்பு பணிகள் நடைபெறும். ஆறு அல்லது ஏழு முறை கொல்லி வகை மருந்துகளுடன் சத்து மருந்துகளும் கலந்து தெளிக்கப்படும். தெளிப்பான்களின் மாறுபட்ட நிலைகளே வேளாண்மையின் முன்னேற்றத்தை உணர்த்திவிடும். முதலில் பலகையில் கால் மிதித்து இரண்டு கைகளாலும் ஐந்து அடி இரும்புக்குழாயை இழுத்துத் தள்ளும் தெளிப்பான்கள் இருந்தன. நீண்ட ரப்பர் குழாய் வழியாக பித்தளையால் செய்யப்பட்ட அமுக்கு தெளிப்பானுக்கு நரம்புகள் வழியாக ஓடும் குருதியைப் போல மருந்துநீர் பயணிக்கும். அதன்பின் விசைத் தெளிப்பான்கள் வந்தன. தோளில் மாட்டக்கூடிய எளியவகை கைத்தெளிப்பான்களும், மின்கலத்தால் இயங்கக்கூடிய அதிநுட்ப தெளிப்பான்களும் பயன்பாட்டில் உள்ளன. அண்மைக் காலங்களில் வான்கலத் தெளிப்பான்கள் வந்துவிட்டன.

எழுபது நாட்களுக்கு பிறகு மலர்கள் தென்படும். ஊதா மற்றும் வெள்ளை நிறங்களில்தான் நான் மலர்களை பார்த்திருக்கிறேன்.

நெல்லிக்காய் அளவிற்கு காய் விடும். கசப்பாக இருக்கும். எதற்கும் பயன்படாது. கனிகள் எந்த சுவையும் இல்லாமல் இருக்கும். யாரும் விரும்பி சாப்பிட மாட்டார்கள்.

உருளைக் கிழங்கு அறுவடை என்பது திருவிழா போல் நடக்கும். திருவிழாக்காலங்களில் விலை ஏறும் என்பதால் சிலர் வேகவேகமாக அறுவடைக்கு தயார் ஆவார்கள்.ஒரு பதினைந்து நாட்களுக்கு முன்பாகவே அரையடி விட்டுவிட்டு செடியை அறுத்து விடுவார்கள்.கொத்தி இழுத்து கிழங்கை மெனையில் போடுவார்கள்.ஓரளவுக்கு கிழங்கு காய்ந்ததும்,விதை கிழங்கிற்கு நடுத்தரமான கிழங்கை எடுத்துவிட்டு, பொடியை ஒதுக்கிவிட்டு தலைக்கிழங்கை பிரித்துவிட்டு கூடைகளில் நிரப்பி சாலைகளுக்கு தூக்கிச்சென்று சாக்குப்பைகளில் மூட்டை பிடிப்பார்கள். உருளைக்கிழங்கு துண்டுகள் மேட்டுப்பாளையம் மண்டிகளுக்கு வீடு திரும்பாத சுற்றுலாவுக்கு பயணிக்கும்.

விளைச்சல் எப்படி என்று நலம் விசாரிப்பது மலைவாழ் மக்களின் ஒரு மரபு. கோடங்கிகள் காட்டிற்கே வந்து, நல்ல நேரம் வருகிறது என்று, சிறு உடுக்கை அடித்து குறி சொல்லிவிட்டு உருளைக்கிழங்கு கேட்பார்கள். ஒரு சில நேரங்களில் தோடர்களும் இருளர்களும்கூட உரிமையுடன் உருளைக்கிழங்கை எடுத்து செல்வார்கள். கூலியாட்களுக்கு வெட்டுக்கெலங்கு, பச்சைவெட்டு நோவுக்கெலங்கு ஆகியவை பங்கு பிரித்து தரப்படும். கந்தாயக்காரர்களின் தலைக் கிழங்குகள், கூடையேறி நிலவுடைமையாளர்களை நோக்கி அன்ன நடைபோடும்.

சமவெளியில் இருந்து வந்த மாங்காய் கூடைகளும், கேரளாவிலிருந்து வந்த அலவி பெட்டிகளும் காட்டிற்கே வரும். சிறுவர்கள் வந்து கிழங்கு வாங்கி சென்று சுடுவார்கள். வாய் மடிக்கப் பட்ட சாக்குப்பைகளில் உருளைக்கிழங்கு தூக்கி செல்லும் இளைஞர் களுக்கு ஒன்று இரண்டு கிடைக்கும். கூடையில் போட்டு உருட்டி கரி நீக்கி சாப்பிடுவார்கள். மிளகுப்பொடி இருப்பின் கூடுதல் சுவை.

சிலரது மெனைகளில் நிறைய கிழங்குகள் மண்ணுக்குள் மறைந்து விடும். தப்புக்கிழங்கு தோண்டுபவர்களுக்கு அன்று வேட்டை தினம். எலி பொந்துகளிலும் கூடைக்கணக்கில் கிழங்கு தேரும். மிஞ்சும் நேரங்களில் கூலிப்பெண்கள் தப்புக்கிழங்கை கொத்த செல்வார்கள். இதை முழு நேர பிழைப்பாக செய்தவர்களும் உண்டு. தப்புக்கிழங்கு வாங்குவதற்கென கப்பத்தொரையில்,பெரம்பலூர் அரும்பாவூரைச் சேர்ந்த வையாபுரி கடை வைத்திருந்தார்.

அரிதாக வியப்பான வடிவங்களில் தலைக்கிழங்குகள் தென்படும். இளைஞனாய் நான் விறகு சேகரிக்க சோலைக்குச் சென்றிருந்த ஒரு முறை இரண்டு கொம்புகளும் கொண்ட ஒரு மானின் மண்டையோடு கிடைத்தது. அதன்மீது தலை கிழங்கொன்றை வைத்து எல்லா அறுவடைகளின்போதும் அழகு பார்த்திருக்கிறேன். கடை போகத்தில் விளையும் தலை கிழங்குகள் கிளைக்கிளையாய் முளைவிட்டு பேய்க்கணவாய்போல காட்சிதரும்.

உண்மையில் உருளைக்கிழங்கு என்பது அதன் தண்டின் பிரிதொரு வடிவம்தான். மண்ணிற்கு வெளியே காட்சி தரும் கிழங்குகள் சூரிய வெளிச்சம் பட்டு தானாகவே பச்சையாக மாறிவிடும். இவ்வகை கிழங்குகளை பச்சைவெட்டு என்று கூறுவார்கள். பச்சைவெட்டு பகுதியை நீக்கி எறிந்துவிட்டுதான் மீதி கிழங்கை சமைக்க முடியும்.ஏனெனில் பச்சை வெட்டு கிழங்கு கசப்பாக இருக்கும். குருவி கொடஞ்ச கொய்யாப்பழம் போல இது ஒளிச்சேர்க்கை அடஞ்ச உருளைக்கிழங்கு. நான் ஒரு சில சமயங்களில் நல்ல பெரிய கிழங்கு ஒன்றை மண்ணுக்கு வெளியில் விட்டு நன்றாக வெளிச்சம் படவிட்டு முழுக்கிழங்கையும் பச்சையாக மாற்றி இருக்கிறேன்.

கோத்தகிரி குச்சிகளின் உச்சிகளில் பொடிக் கிழங்கை குத்தி ஏவுகணை ஏவும் போட்டி சிறுவர்களிடம் நடக்கும்.கோலியாத்தை எதிர்த்து டேவிட்டின் கவண் கல் பறந்ததைப்போல, சிறுவர்களின் கிழங்கு கணைகள் வானத்தை நோக்கி சீறிப்பாயும். உயரம் விடுதல் தொலைவு விடுதல் என இருவகை போட்டிகள் உண்டு.

உருளைக்கிழங்கு வற்றல் உதகையின் சிறப்பு. வட்டவடிவில் சில்லுகளாய் சீவி உப்புபோட்டு வேகவைத்து பின் வெயிலில் காய வைப்பார்கள்.அப்பளம் போல எண்ணெயில் இட்டு பொரிக்கலாம். உருளைக்கிழங்கு . வடகம் அம்மாவின் கைப்பக்குவம்.கொழ கொழ வென்று வெந்த கிழங்குகள் சிறிய பக்கோட அளவிற்கு பிழிந்து காயவைக்கப்படும். பூண்டு மற்றும் சீரகம் கூடுதல் உப்புகாரம் சோற்றுவடகத்தை தோற்கடிக்கும். எனது சுவை இன்ப பட்டியலில் முதல் பத்து

இடங்களில் இவை இடம்பிடிக்கும். உருளைக்கிழங்கு பொடிமாஸ் உருளை கிழங்கு பருப்பு கடைசல், உருளைக்கிழங்கு தண்டுக்கீரை பூண்டின் பூக்காம்பு பூண்டுக்காய் சேர்ந்த காரக்கறி இவற்றையெல்லாம் நீங்கள் சுவைத்திருக்க வாய்த்திருக்க வேண்டும். ரோஸ்மேரி, ஹாலன்ட், ஸ்காட்லன்ட்

என்பவையெல்லாம் எண்பதுகளில் விளைந்த உருளைக்கிழங்கின் பெயர். ஜலந்தர் ஹாசன் போன்றவை நிகழ்கால பெயர்கள். குப்ரிமுத்து, குப்ரிசோதி ஆகியவை குளிரூட்டப்பட்ட சேமிப்பு கிடங்குகளில் கிடைக்கும் மறுமலர்ச்சி வகைகள் எல்லாக் காலங்களிலும் விதைக்க ஏற்றது. உருளைக்கிழங்கு ஆராய்ச்சி நிலையத்திலிருந்து வாங்கிவந்து, உச்சியன் ஆடாவில், ஒன்றுபத்து என்ற வகை உருளைக்கிழங்கை நாங்கள் அறிமுகப்படுத்தி ஐந்து செடிக்கு ஒரு கூடை என்ற அளவில் முதல் முறை அறுவடை செய்தது வேறு கதை.

செயற்கை உரங்களும் கொல்லி வகை மருந்துகளும் மரபணு தொழில்நுட்பங்களும் இந்த மயன் அழகியின் இயல்பான பொலிவை நிலைகுலையச் செய்துவிட்டன. மஞ்சள், ஊதா, கருப்பு மற்றும் சிவப்பு நிறங்களில் இவளது மேனி அழகு நாட்டுக்கு நாடு மாறுபடுகிறது. பத்தாயிரம் ஆண்டுகளுக்கு முன்பே, பெரு நாட்டின் தொல்குடிகள், உருளைக்கிழங்கை பயிரிட்டு உள்ளனர். உலக அளவில். உணவுத் தேவையில் உருளைக்கிழங்கிற்கு நான்காம் இடம் விளைச்சலில் நம் நாட்டிற்கு இரண்டாவது இடம். உலகெங்கிலும் இன்று நான்காயிரத்திற்கும் மேற்பட்ட உருளைக்கிழங்கு இனங்கள் பயிரிடப்படுகின்றன. நீலமலைகளின் தனித்துவமான இயற்கை சூழலில் விளைந்த ஸ்காட்லாந்து தட்டை வகை சுவையிலும் மென்மையிலும் வெண்ணையை மிஞ்சும். ஆயினும் செஞ்சோற்று மணத்தை மறந்ததை போலவே உருளைக்கிழங்கின் மணத்தையும் மறந்தேவிட்டோம். ஆண்டுக்கணக்கில் வதங்காத உள்ளே கருப்பு கட்டாத உருளைக் கிழங்கு வகைகள் இன்று முற்றிலும் அழிந்து போயின.

பூண்டுக்காடு | 22

பணப்பயிர் - பூண்டு அறுவடை

பூண்டுக்காடு என்பது பெரும்பாலும் பெண்களின் கட்டுப்பாட்டில் இயங்கிய ஒரு வேளாண்மை. வீட்டை அண்டி இருக்கும் நாற்றங்கால் விடும் அளவிற்கான சிறுநிலத்தில் பொதுவாக பூண்டு பயிரேறும். வேசைக்காலம் முடிந்ததும் வேலி சரி செய்யப்படும். அதற்காக சுத்தியல் கொண்டு முள்வேலியின் மீது அடிக்கப்பட்டு இருந்த ஆணிகள் பிடுங்கப்பட்டு, வேலிகள் அகற்றப்பட்டு சிறு சக்கரமாக சுற்றப்படும். குழி தோண்டும் கடப்பாறை களால் குழி தோண்டி வேலி அடிப்பதற்கான குத்துக்கழிகள் நடப்படும். கழிகள் நன்றாக பிடிமானமாக நடப்பட்டு இருக்கிறதா என்பதை ஐயா ஆய்வு செய்வார். பின்னர் நேர்கோட்டில் அந்த கழிகள் உள்ளனவா என்று சரி செய்த பிறகு, முள்வேலி கம்பி அடிக்கப்படும். முள்வேலி கம்பி தளராமல் இறுக்கிப் பிடிக்க ஜாக்கி என்ற வகை கடப்பாறைகள் இருந்தன. ஐந்து கழிகளுக்கு ஒரு தடவை

ஜாக்கி அழுத்தப்பட்டு, முள்வேலி முறுக்கு எடுக்கப்பட்டு, நிமிர்த்தப்படும். இரட்டைப்புரியாக அந்த முள் கம்பி வேலிகள் இருக்கும். முள் இருக்கும் இடத்தில் சரியாக புரிக்கு நடுவில் வைத்து, இரண்டு பகுதிகளிலும் முள் இருக்குமாறு ஆணியை அடித்து பின் திருப்பி வளைத்து விடவேண்டும். சுத்தியும் ஆணியும் மோதிக்கொள்ளும்போது வரும் தீப்பொறிகள் – தீபாவளியற்ற நாட்களின் பற்றவைக்காத மத்தாப்பூக்கள். பொதுவாக முக்கால் அடி இடைவெளியில் நான்கு வரிகள் கம்பி வேலி அடிக்கப்படும்.முதல் மழைக்குப் பின், முள் போடுதல் மற்றும் கட்டி உடைத்தல் போன்ற உழவாரப் பணிகளுக்குப்பிறகு பூண்டுகாடு விதைப்பிற்கு காத்திருக்கும்.இதன் பிறகு அந்தப் பூண்டுக் காடு அம்மாவின் பாதுகாப்பு வளையத்திற்குள் கொண்டுவரப்படும். குறிப்பாக சிறுவர் சிறுமியர்களுக்கு அங்கு இடம் இல்லை.

நீலமலையில் விதைப்பூண்டு தயாரிக்க வேண்டுமானால், அப்படியே தாளோடு பூண்டுகளை சேமிக்கவேண்டும். அதாவது பூண்டுச்செடிகள் நன்றாகக் காய வைத்து தாளோடு கட்டப்பட்டு விட்டத்தில் தொங்கவிடப்படும். கட்டுக்கள் தரையிறங்கும். செடி யகற்றப்பட்ட பூண்டு வெட்டப்பட்ட தலைபோல் காட்சியளிக்கும். பின்னர் பூண்டின் பற்கள் ஒவ்வொறொன்றாக கழற்றப்படும். பூண்டுப் பற்கள் கூடையில் அடைகாக்கும். ஓரிரு வாரங்களில் முளைவிட்டு விதைப்பதற்கு தயாராகும். பொதுவாக பெரிய பற்கள் உடைய பூண்டுகளைத்தான் விதைக்கு எடுத்து வைத்திருப்பார்கள். விதைப்பு நாட்களில் அக்கம் பக்கத்து பெண்டிர்கள் அரைப்படி ஒருப்படி என்று விதைப்பூண்டிற்காக அம்மாவிடம் பேரம் பேசுவதை நான் பலமுறை கேட்டிருக்கிறேன். 5 பார் 10 பார் என்ற மிகச் சிறிய அளவில் கூட அன்று பூண்டு விதைப்பு இருந்தது. ஏனெனில் அது வீட்டு தேவைக்காக மட்டுமே இருந்தது.

முதல் மழைக்குப்பின், காலையிலேயே அம்மா தயாராகி விடுவார். பூண்டுக் கொத்து என்ற சிறிய வகை கொத்தில் பார் பிடித்து, நாட்டு எருவை நிரப்புவார்.சீமை எருவு பூண்டுக்கு ஆகாது. விதைப்பூண்டுகள் அரை அடி இடைவெளியில் ஊன்றப்பட்டு, கொத்தால் மண் கொத்தி அணைத்து மூடப்படும். பூண்டிற்கு வெள்ளை வெங்காயம் என்ற பெயரும் உண்டு. இருபதே நாட்களில் வெள்ளைக்காடு பச்சைக்காடாய் உருமாறும்.

எங்காவது ஒரு மூலையில் பரங்கிக்காய் விதைகளையும்

தண்ணிக்காய் விதைகளையும் அம்மா ஊன்றி வைப்பார். அவை கொடி விட்டு முள்வேலிகளில் படர ஆரம்பிக்கும். தானாகவே முளைத்த செந்தாமளி அவரைச் செடிகள் அவைகளோடு சேர்த்து பின்னிப் பிணையும். பல வகையான பூச்செடிகள் தானாகவே முளைக்கும். அடர்த்தியாக இருக்கும் செடிகள் களைக்கப்பட்டு என் கைகளுக்கு மாறும். அவற்றை ஓரஞ்சாரம் நட்டு பாதுகாப்பது எனது பணி. குறிப்பாக காஸ்மூஸ் மற்றும் சாமந்தி வகைகளை வேறு இடத்தில் நடவு செய்து பூக்க வைப்பதில் எனக்கு ஈடுபாடு. எனக்கு அந்த சிறு வயதிலேயே விதைகள்மீதும் செடிகள்மீதும் மிகுந்த ஈர்ப்பு இருந்தது. டேலிக் கிழங்குகளைப் பற்றிக் குறிப்பிட்டாக வேண்டும். இவை தாமாகவே முளைத்து சிறு புதர்போல் வளர்ந்து பல நிறங்களில் மலர்களை பூத்து தள்ளும். நான் பல்வேறு இடங்களில் இருந்து பலவகை டேலிககிழங்குகளை திருடி வந்து நட்டிருக்கிறேன்! வடக்கர்கள் இக்கிழங்குகளை நிகழ்காலத்தில் சமைத்து உண்கின்றனர் என்று தம்பி கண்ணன் கூறியது எனக்கு வியப்பை ஏற்படுத்தியது. மலைவாழிகளிடம் அந்த பழக்கம் கிடையாது.

கப்பத்துரையில் இருந்த ஆபிரகாம் டைலர் அப்பாவிற்கு நண்பர். மலையாளி. ஒருமுறை அவர் வீட்டுக்குச் சென்று சூரியகாந்தி விதைகளை வாங்கி வந்தேன். அம்மாவிடம் மக்காச்சோளம் விதைகள் இருந்தன. இந்த இரண்டு வகை விதைகளும் பூண்டுக்காட்டின் நடுப்பட்டையில் நெடுக்க வளர்ந்து மிடுக்காடும். அந்தக் காலத்தில் அதுவும் நீலமலையில் அவை அரிதிலும் அரிதானவை. வீட்டை ஒட்டிய மேற்கு பகுதியில் சிறிய வாய்க்கால் ஒன்று இருந்தது. அதனை ஒட்டிய வேட்டியளவு இடம் எனது நாற்றங்கால். பொதுவாக அங்கு காஸ்மோஸ் மற்றும் சாமந்தி கன்றுகள் தயாராக இருக்கும். என் உறவினர் வீடுகளில் வந்து பிடுங்கி செல்வார்கள்.

வீட்டிற்கு முன்பக்கம் இருந்த வாய்க்காலை ஒட்டிய இடங்களில் விதவிதமான டாலியாக்கள் முளைத்து ஆடி மாதத்தின் அடைமழைப் பொழுதுகளில் கையடங்கா பூக்களாய் விரியும். ஏற்காடு மலையில் விளையும் டாலியாக்கள் சேலத்தில் விலை போகின்றன. ஆனால் நீலமலை டாலியாக்கள் எந்த சந்தையிலும் விற்கப்பட்டதாக எனக்குத் தெரியவில்லை. பெண்களின் பின்னந்தலையை மூடுமளவிற்குகூட ஒற்றைவரி டாலியாக்கள் உண்டு. இரட்டை சடை போடும் குழந்தைகளின் தலைகள்தான், டாலியாக்களின் பொலிவு உச்சி.

ஒரு கிருத்துவ சேவைப் பிரிவு இருபது ஏக்கர் நிலம் வேலி வளைத்து, புனித போப்பாண்டவர் பால் பெயரில் ஒரு முதியோர் இல்லத்தை நடத்தியது. நஞ்சநாடு சாலை ஓரம் மதில் சுவரை எனக்கு விபரம் தெரிந்து, முதல் முதலாக அவர்கள் தான் கட்டினார்கள். வேலி போடுவது என்பதுகூட குடியேறிகளின் இயல்புதான். மற்ற மூன்று பக்கங்களிலும் முள் கம்பி வேலி வளைத்து ரோசா செடிகளை நட்டு இயற்கை வேலியை உருவாக்க முயற்சி செய்தார்கள். துளிர்விட்ட ரோசா வெட்டுத்துண்டுகளை வேரோடு திருடி வந்து, பூண்டுக்காட்டில் நட்டு விடுவேன். மழைக்காலத்தில் நன்றாக வேர்ப்பிடித்துக் கொள்ளும். டாலியா அளவில் ரோசாக்கள் பூக்கும். அவ்வளவு வளமான மண் மொட்டோரை மண்.ஆயினும் மொட்டோரை என்பது படக மொழியில் பொட்டல் காடு என்றே பொருள்படும். தேவையில்லாத பூச்செடிகள் களையப்பட்டு மதில் சுவருக்கு வெளியே கொட்டப்பட்டிருக்கும். அதிலும் பல வகையான பூச்செடிகள் பூண்டுக்காட்டில் புதிதாக குடிபுகும். .

வயலாடி பெண்கள் எப்பொழுதும் பரிசல் போல விரிந்த மூங்கில் தட்டில் பூக்காரன் கொண்டுவரும் மல்லிகை, கனகாம்பரத்தை, வாரக்கணக்கு வைத்து வாங்கி சூடி கொள்வதிலேயே குறியாய் இருப்பார்கள். உள்ளூர் சாமியாடிகள் குறி சொல்வதை அந்த ஊர்காரர்கள் கேட்பார்களா என்ன?

பூண்டுக் காடு எப்பொழுதுமே எங்கள் வீட்டின் பூக்காடுதான். ஆனால் அறுவடையின் பொழுது பூண்டின் மணம் மூக்கை அரிக்கும் அளவுக்கு இருக்கும். பூண்டு வேரோடு பிடுங்கப்பட்டு அரியரியாய் பரப்பப்படும்.அன்றாடப் பயன்பாட்டிற்குத் தேவைப்படும் பூண்டு விரல்கடை அளவிற்கு தண்டு விடப்பட்டு வெட்டப்படும். பூண்டின் வேரும் பூண்டு அடிபடாமல் அறுக்கப்படும். மேலும் பூண்டு மாதக் கணக்கில் காய வைக்கப்படும். வெடித்தப் பூண்டுகள் சிறுபூண்டுகள், விதைப்பூண்டுகள் இவை யாவும் தனித்தனியாக தார்பாய் மீது காய வைக்கப்படும். இவைகளைத் தவிர்த்து ஒரே அளவிலான பூண்டுகள் தனி வட்டமாய் காய வைக்கப்படும். ஏனெனில் இதில் மிஞ்சியது சந்தைக்குச் சென்று வந்து அம்மாவின் சுருக்குப்பையில் செருக செறுவாடாகும்.

அரை வதக்கலில் ஒரு பூண்டும் அஞ்சாறு வறமிளகாயும் சேர்ந்து தாளிப்பு கரண்டியில் வெந்து அம்மியில் ஆட்டம்கண்ட பூண்டு துவையல் அம்மாவின் சிறப்பு தயாரிப்பு. இட்லி

தோசை ஆகியவற்றோடு லேசாக ஒரு முனையில் ஒரு துளி அளவிற்குதான் நெய்யுருக்கி தொட்டுக்கொள்ள முடியும். அந்த அளவுக்கு பூண்டின் மணமும் காரமும் இருக்கும். ஒரு தேக்கரண்டி அளவு இவ்வகை துவையல் ஒரு முழு சோற்றுக்கு போதுமானது. சுட்ட பூண்டின் சுவை இதுவரை இலக்கியம் சொல்லாதது.ஆடாக்குடியர்களுக்கு சுட்டப்பூண்டு அடடா. பூண்டு புளிக்குழம்பு மற்றும் பூண்டு ஊறுகாய் ஆகியவை கொண்டான் கொடுத்தார்களுக்கு அம்மா பரப்பிவிட்ட மணநோய். என் பள்ளி நாட்களில் பூண்டு மற்றும் முள்ளங்கி சாப்பிட்டவர்கள் விடும் மேல் ஏப்பமும் கீழ் ஏப்பமும் நாற்ற பட்டிமன்றத்தின் தலைப்புகள்.

சுமேரியர்கள் 5000 ஆண்டுகளுக்கு முன்பு வெள்ளைப் பூண்டை பயன்படுத்தியதற்கான வரலாற்றுத் தரவுகள் உண்டு. பூண்டு உற்பத்தியின் பெரும்பகுதியை சீனா எடுத்துக் கொள்கிறது. சிகப்பு வெள்ளை மஞ்சள் ஆகிய நிறங்களில் உலகெங்கிலும் பூண்டின் நிறம் வேறுபடுகிறது. காட்டுப் பூண்டு, வீட்டுப் பூண்டு, காக்கைப் பூண்டு, யானைப் பூண்டு, ஓடைப்பூண்டு என உலகெங்கிலும் பல வகையான பூண்டு இனங்கள் உண்டு. தமிழகத்தின் ஒரு சில பகுதிகளில் வெள்ளை வெங்காயம் மற்றும் வெள்ளுள்ளி போன்ற பெயர்களும் உண்டு. இந்தியாவிற்கு வந்த சீனப் பயணிகளின் குறிப்புகளில் தமிழ்நாட்டில் பூண்டு பயன்பாட்டில் இல்லை என தெரிய வருகிறது. சங்க இலக்கியங்களில் தேடியும் கிடைக்கவில்லை. பூண்டின் மருத்துவ பயன்கள் எண்ணிலடங்கா. பூண்டு இன்று மாத்திரையாககூட கிடைக்கிறது.

பொதுவாக பனிக்காலத்தில் பூண்டு அறுவடை செய்யப்படும். பூண்டு அறுவடை செய்த ஓரிரு வாரங்களிலேயே கெண்டப்பனி கொட்ட ஆரம்பித்து விடும். அவ்வளவுதான் பூண்டுக் காட்டில் இருந்த மொத்த பூச்செடிகளும், செடி கொடிகளும், அனைத்து பச்சைவகையறாக்களும் பூண்டிற்காக உடன்கட்டை ஏறும். அதற்கடுத்த வாரத்தில் பூண்டு காட்டின் வேலிகள் பிரிக்கப்படும். முதல் மழை வரும் வரை மழலைகளின் பிஞ்சுப் பாதங்களை கிச்சு கிச்சு மூட்டி குதூகலம் காட்டும் பூண்டுக் காடு.

நாங்கள் பாப்பரை சக்கையை சிறு கட்டுக்களாக கட்டி வந்து மூட்டம் போடுவோம். மாலையிலும் காலையிலும் பனிக்காலத்தில் குளிர் காயும் இன்பம் ஈடு இணையற்றது. ஒன்று இரண்டு பெரியவர்கள் சேர்ந்து கொண்டு கதைகளை கயிறாக்கிச் சுற்றி விடுவார்கள். அதன் பொருட்டு தழல் ஒரு தலைகீழ்

பம்பரமாய் மாறி ஆட்டம் காட்டும். எரிதழலும் எரிபனியுமாய் வியர்த்துநடுங்கும். உடல் சமநிலை பெற வேண்டும்.பக்கச்சார்பு பகையாக்கும். குளிர்காயும் அரசியலில் மட்டும்தான் ஆளும் கட்சியும் எதிர்கட்சியும் ஆட்சியைப் பகிர்ந்து கொள்ளும்.

ஊட்டி பூண்டு என்ற பெயரில் இன்று பூண்டு வேளாண்மை பணம் கொழிக்கும் சாகுபடியாக மாறி இருக்கிறது. கூடவே சீனாவின் பூண்டு இறக்குமதியும் போட்டியில் நிற்கிறது. இன்னமும் வீடுகளுக்கு அண்டையில் பூண்டுக் காட்டில் விளையும் மருந்து குடிக்காத, கலப்புஉரம் தின்னாத பூண்டின் காரமும் மணமும் உலகின் எந்த வகைப் பூண்டு இனத்திற்கும் சவால் விடக்கூடியவை. கடந்த முறை உதகை சென்ற பொழுது பாகலட்டியில் இருக்கும் தம்பி நீலகண்டனைப் பார்க்க போயிருந்தேன்."ரெண்டு ஏக்கரு பூண்டு சாவியா போய்ர்ச்சி", என்று கவலை தோய்ந்த முகத்துடன் ஒரு கற்றை பூண்டுகளை என்னிடம் காண்பித்தார். பூண்டுக் காய் அளவிற்கு பூண்டு விளைந்திருந்ததை பார்த்து உள்ளம் நிலைகுலைந்தது. மலைகளின் இளவரசி நீலமலையின் மண்மணமகள் மட்டும் ஏன் இப்படி முகம் எங்கும் சுருக்கம் விழுந்த மூதாட்டிபோல் ஆகிவிட்டாள்?

பன்றிக்காவல் | 23

காட்டு பன்றிக்கூட்டம்

ஒரு காலத்தில் மூடப்பட்டிருந்த பாருக்குள்ளிருந்து விதைக் கிழங்குகளை திருடி செல்லும் வயலாடிகள் இருந்தனர். எளிதில் கண்டுபிடிக்க முடியாது. மழைகுறி தென்பட்டதும் ஒரு பாருக்குள் 10 விதைக்கிழங்குகள் இருந்தால் இங்கொன்றும் அங்கொன்றுமாக ஐந்தை திருடிவிட்டு பாரை அடையாளம் தெரியாத அளவுக்கு மூடி விடுவார்கள். முளைக்காத உருளைக்கிழங்கு மண்ணுக்குள் வாடி வதங்கி காய்ந்து போய்விடும். வெறும் தோல் மட்டும் தான் காட்சியளிக்கும். அவ்விதக்கிழங்குகளை பட்டாசு ஆனக்கிழங்குகள் என்று பொதுவாக அழைப்பார்கள். அதனால் கிழங்கு திருடப்பட்டதா அல்லது பட்டாசாகப்போனதா என்பது கடைசி வரை புரியாத புதிராகவே இருக்கும்.

காட்டுப்பன்றிகள் மனிதனை விட மேலானவை என்று அறுதியிட்டு கூற முடியும். உருளைக்கிழங்கை மோப்பம் பிடிப்பதில்

காட்டுப் பன்றிக்கு நிகரான விலங்கு எதுவும் நீலமலையில் இல்லை. விதைக்கிழங்கு ஊன்றிய இரவே காட்டுப்பன்றிகள் தன் வேட்டையைத் துவக்கிவிடும். அவைகளிடம் நீக்குப் போக்கு பார்க்கும் இயல்பு கிடையாது.காணாமாணியாய் முண்டித்தள்ளி விதைக்கிழங்குகளை தின்றுவிடும். கிழங்குகளையும் முழுவதுமாக தின்னாமல் கடித்து குதறி கொரித்து துப்பி வைத்துவிடும். பெத்துக்கூடை என்ற சிறு மூங்கில் புட்டியில் மறுநாள் பெண்கள் விதைக்கிழங்கை சுமந்து சென்று மீண்டும் ஊன்றி மண் மூட வேண்டும். மறுநாள் பன்றிகள் வேறு ஏதாவது ஒரு பகுதியில் கன்னம் வைத்துவிடும்.

பொதுவாகவே உருளைக்கிழங்கு விதைப்புக்கு முன்னரே பன்றிக்காவல் குடிசை அமைக்கப்பட்டு, பன்றியோட்டும் வேலை துவங்கிவிடும். நீலமலையின் பன்றி ஓட்டுவதற்கு என்றே தகரத்தால் செய்யப்பட்ட ஊது கொம்புகள் இருக்கும். சங்கு ஊதுவதைப் போல வலிமையாக காற்றை ஊதினால்தான் அதிலிருந்து ஒலி எழும்பும். அமைதியான இரவு நாட்களில் கொம்பூதும் ஓசை ஐந்து கிலோமீட்டர் சுற்றளவில் விட்டு விட்டு காதைப் பிளக்கும். பொதுவாகவே பன்றிகள் மேகமூட்டம் உள்ள நாட்களிலும் தூறல் உள்ள நாட்களிலும் சிறு மழை பெய்த நாட்களிலுமே தன் வேட்டையைத் தொடரும்.

இரவு 8 மணிக்கு எல்லாம் சிலம்பக்குச்சியை போன்ற பெரிய மூங்கில்தடி ஒன்றை எடுத்துக்கொண்டு, ஒன்றுக்கு இரண்டு கம்பளங்களை போர்த்திக்கொண்டு வெளிச்சத்திற்கு ஏதாவது ஏற்பாடு செய்து கொண்டு ஆதிகாலத்தில் வேவு பார்க்கக் கிளம்பிய தொல்மாந்தரைப்போல் மெதுவாக நடைபோடுவார்கள், தீவட்டி ஏவலர்களாய் உருமாறுவார்கள் காவலர்கள்.

என் சிறு வயதில் பலவகை தீப்பந்தங்கள் தயாரிக்கப்பட்டன. சீமை எண்ணெய் வந்த பிறகு காண்டா விளக்குகள் உதவிக்கு வந்தன. அதன் பிறகு எவரடி மின்விளக்குகள் வந்தன. பிற்பாடு வெகு தூரம் வெளிச்சம் உமிழும் அடிக்கடி தண்ணீர் ஊற்ற வேண்டிய மின்கலங்கள் கொண்ட, சதுர வகை மின்விளக்குகள் வந்தன. அவை வந்த வேகத்தில் மறைந்து போயின. பின்னர் திரும்பத் திரும்ப திறன் ஏற்றக்கூடிய மின்கலம் கொண்ட வெளிநாட்டுவகை மின்விளக்குகள் அறிமுகப்படுத்தப்பட்டன.

என் கல்லூரி காலத்தில் சுப்ரமணி என்றொரு நண்பன் இருந்தான். அவனுக்கு சுப்பாண்டு. என்று ஒரு கூட்டாளியும்

இருந்தான். இவர்கள் இருவருக்கும் பர்த்தி மேட்டில் அருகருகே உருளைக்கிழங்கு வயல் இருந்தது. ஒரே குடிசையில் இருவரும் காவல் இருப்பது இயல்பானது தானே! ஆனால் சுப்ரமணி காதலில் விழுந்தான். ஒரு ஆறு மாதத்தில் காமத்தில் விழுந்தான். உச்சியன் ஆடாவில் அரசு மேல்நிலைப்பள்ளி இருந்தது. பள்ளிக்கு தெற்கில் அப்புக்கோடு இத்தலார் மலைத்தொடரும் வடக்கில் மொட்டோரை நஞ்சநாடு மலைத்தொடரும் இருந்தன.காவல் வடக்கில் இருந்தது ஆனால் காதல் தெற்கிலிருந்தது.

சில நாட்களில் சுப்பாண்டுக்கு விடுமுறை அளிக்கப்படும். அந்த சமயங்களில் சுப்ரமணி எங்கே இருக்கிறான் என்பதற்கான உமிழ்ஒளிக் குறியீடுகள் இருந்தன. சுப்பாண்டு ஒரு நாள் என்னை விளையாட்டாக அழைத்தான். நாங்கள் இருவரும் மொட்டோரை குன்றின் முகட்டில் குறுகுறு என்று குளிரில் குந்தி இருந்தோம். சுப்ரமணி வடக்கில் இருந்து இறங்கி ஆடாவை கடந்து தெற்காக ஏறுவது வெளிச்சமாகத் தெரிந்து. இத்தலார் சாலையை அடைந்தவுடன் மூன்று முறை வெளிச்சம் நின்று நின்று வந்தது. இது தலைவன் தலைவிகளின் அகத்திணை சார்ந்த செயல்பாடுகள் என்பதால் அவர்களது அந்தரங்கத்தை வேவு பார்க்க எனக்கு மனம் இல்லை. வீட்டிற்கு கிளம்பினேன். இன்னும் ஒரு அரை மணி நேரம் காத்திருக்க சொல்லி அச்சத்தில் சுப்பாண்டு கெஞ்சினான்.

இத்தலார் ரோட்டில் இப்பொழுது இரண்டு வெளிச்சங்கள். மூன்று முறை நின்று எரியும் குறியீடு. திரும்புகாலில் மலை இறக்கம். ஆடா.மலையேற்றம். தூக்க கலக்கத்தில் நாங்கள் இருவரும் வீடு திரும்பிக் கொண்டிருந்தோம்."அட்டு மந்துக்காரங்கோ கம்பத்ல கட்டி வெச்சி வெலாசப் போராங்கோ. காப்பாத்துங்கோ ராசண்ணா"என்றான் சுப்பாண்டு. நம் பிழைப்பே நாறிக்கிடக்கும்போது அடுத்தவனுக்கு ஏது அல்லுக்கட்டு?

உருளைக்கிழங்கு அறுவடைகாலம். நானும் நண்பர்களும் வயலுக்குச் சென்று மண்ணை விலக்கிவிட்டு விளைச்சலை ஆய்வு செய்கிறோம். சுப்பிரமணிக்கு இந்த வருடம் லாட்டரி. மூட்டைக்கு பத்து தேரும் போல என்று பாராட்டி விட்டு, ஒரு ஈடு கிழங்கு சுட்டு சாப்பிட்டுக்கொண்டிருந்தோம். கூடுதல் மகிழ்ச்சியில் திளைத்துக் கொண்டிருந்தான் சுப்ரமணி. திடீரென கூட்டாஞ்சோறு ஆசையை வெளிப்படுத்தினேன். கொஞ்சம் தடுமாறிய சுப்ரமணி சிறிது நேரம் கழித்து சரி என்று சொன்னான்.

கூட்டாஞ்சோறு என்றால் அரிசி சோறு எல்லாம் கிடையாது. சப்பாத்தியும் நீலகிரியில் விளைந்த தப்புத் தக்காளிக் காயின் காரக்கறியும். பூண்டுக்காய் என்பது பூண்டைப் போலவே சிறு பற்களைக்கொண்ட சிறிய வெங்காயம் அளவிற்கான காயாகும். இவை இரண்டும் சேர்ந்த கூட்டணி தொட்டுக்கொள்ள காத்திருக்கும் கூட்டணிக்கு சிறந்த கூட்டணி.நாங்கள் நள்ளிரவு வீடேகிய அன்று இரவும் சுப்பாண்டுக்கு விடுமுறை அளிக்கப்படுகிறது. காட்டுப் பன்றிகள் கூட்டம் கூட்டமாக உள்ளே நுழைகின்றன.சுப்ரமணி கொம்பை எடுத்து ஊதுகிறான். ஊதிக்கொண்டே இருக்கிறான். பன்றிகள் கிழங்கு எதையும் முண்டித் தின்ன வில்லை! உர் உர்ரென்று கத்திக்கொண்டு ஓடுவதும் ஓடியாருவதுமாய் அலைந்து திரிகின்றன. மின் விளக்கைப் போட்டு மிரட்டிப் பார்க்கிறான் ஒன்றும் நடக்கவில்லை. தீப்பெட்டியில் இருந்து தீக்குச்சி எடுத்து உரையின் மீது வைத்து கட்டை விரலால் உரசி சுண்டி விடுவது காவலர்களின் தனித்திறமை. பாதி தீப்பெட்டி காலி ஆகிவிட்டது. தந்தம் முளைத்த பெரும் பன்றிகள் நான்கு ஐந்து ஒன்று சேர்ந்து இவன் குடிசையை நோக்கி ஓடி வருகின்றன. காவல் குடிசைகளில் எப்பொழுதும் சீமை எண்ணெய்த் தயாராக இருக்கும். பழைய துணி கிழித்து குடிசையில் உடைக்கப்பட்ட சிறுசிறு குச்சிகளின் தீபந்தங்கள், திடீர் ஏவுகணை தாக்குதலுக்கு தயாராகின்றன. சீமை எண்ணையும் தீர்ந்து போக,வேர்த்து வெடவெடுக்க, இரண்டு மின் வெளிச்சங்களும் தீர்ந்து போகின்றன! செப்பலோடும் நேரத்தில் அவர்கள், அவரவர் குடிசையை விட்டு வீடு திரும்புகிறார்கள்.

பொதுவாக பன்றிக் காவலுக்கு பெண்களுக்கு அனுமதி இல்லை. ஆனால் 'கா'இப்படியெல்லாம் செய்தது. அந்த நிகழ்விற்கு பிறகு சுப்பிரமணி பேய் அடித்தவன் போலாகிவிட்டான். என்னிடம் அடிக்கடி, "நீ தெனமும் ஊட்டிக்கி போற இல்ல. வெசாரி. நல்லா வெசாரி. வாய்வேட்டு சுருட்டியே ஆவ்னும்"என்று அடம் பிடிக்க ஆரம்பித்து விட்டான். கூடுதலாக அந்தப்பரிசு இந்தப்பரிசு என்று ஆசை காட்ட துணிந்துவிட்டான்.

30 ஆண்டுகளுக்கு முன் அது அரிதாக புழக்கத்தில் இருந்த பழக்கம். அதற்கென நிபுணர்கள் இருந்தார்கள். உள்ளே வெடி மருந்தை வைத்து உரசினால் தீப்பொறி உருவாக்கும் உரசுக்கற்கள் வைத்து மெதுவாக நூல் சுற்றி அதன் மேல் கொழுப்பை தடவி வைக்கவேண்டும். மனிதனுக்கே வாழ்வா சாவா. சுருட்டும் போது எங்காவது அழுத்தத்தில் தீப்பொறி ஏற்பட்டுவிட்டால் உள்ளங்கை அப்பளமாக நொறுங்கிவிடும்.

கொழுப்புக்கு ஆசைப்பட்ட பன்றியின் நிலை அதோகதிதான். வாய் சிதறி விடும். அப்படியும் ஏழெட்டு கிலோமீட்டர் போராடிய பன்றிகள் எல்லாம் உண்டு. ரத்தக்கரையை வைத்துதான் பின்தொடரவேண்டும். தப்பி பிழைத்த பன்றிகளும் உண்டு.

எனது இளங்கலை முடிந்ததும் நான் சமவெளி வந்து சுற்றித் திரிந்து விட்டு, பிறகு கற்பித்தல் பட்டம் பெற்று ஒரு தனியார் பள்ளியில் ஆசிரியராக வேலைக்கு சேர்ந்து மூன்றாண்டுகள் கழித்து ஒரு கோடை விடுமுறையின் பொழுது உதகை சென்றிருந்தேன். சுப்ரமணி வேறொரு பெண்ணை திருமணம் செய்திருந்தான். தடபுடலான விருந்து ஒன்றில் நாங்கள் மூவரும் மீண்டும் ஒன்றிணைந்தோம். காரம் சாரமாக தொட்டுக் கொண்டதில் கொஞ்சம் கூடுதலாக உள்ளே இறங்கி விட்டது. திருமண வாழ்க்கை பெரிதும் மகிழ்ச்சியாக இல்லை என்று அழ ஆரம்பித்தான். என் 'கா' வரலாற்றை கூறி கூறி சில நேரம் சிரித்தும் சில நேரம் அழுதும் ஆர்ப்பாட்டம் செய்தான். சுப்பன் சிறுவனாக இருந்தாலும் எங்கள் இருவருக்கும் பொதுவான ஆளாக மாறி,மாறிமாறி ஆறுதல்படுத்தினான்.

எல்லோரும் வீட்டுக்குக் கிளம்பினோம். என் கையைப் பிடித்து இழுத்ததில் நான் தடுமாறி கீழே விழுந்தேன். கல் ஒன்று வெட்டியதில் வலது கால் முட்டியில் காயம் ஏற்பட்டு அது தழும்பாய் நிலைத்துப்போனது. கடைசி வரையிலும் வாய் வேட்டு தராமலேயே என் வாழ்க்கைக்கு வேட்டு வைத்து சென்று விட்டாய் என்று மீண்டும் அடம்பிடித்து அழ ஆரம்பித்தான். பழைய குப்பையை ஏன் கிண்டுகிறாய் என்றேன். நான் வாய் வேட்டு கேட்டது பன்றிக்கு அல்ல சிறுத்தைக்கு என்றான் பாருங்கள்! அந்த நொடியில் தலை மீண்டும் கிறுகிறுவென்று சுற்றியது. நான் முழு மயக்கத்துக்கு சென்று விட்டேன். அவன் விட்டபாடாகத் தெரியவில்லை. தண்ணீர் தெளித்து எழுப்பிவிட்டான்.

"அன்னிக்கி என்ன நடஞ்ச்சி தெர்மா? சிறுத்த வந்திர்ச்சிடா. ஒரு நைட்டு பூரா தூங்ல. பன்னி ஒன்ன அடிச்சிர்ச்சி. குடிசைக்கி கீல வந்திர்ச்சி. ஒண்டி சிறுத்தயாட்ர்க்கு. குடிச இந்தப்பக்கம் அந்தப்பக்கமா ஆட்து. அவ வேற. வா தப்ச்சி ஓடலாம் வா தப்ச்சி ஓடலாங்றா.சிறுத்த வேற ஓடுது ஓடியாறுது. அப்றம் பாத்தா... செந்நாயி கொரக்கிற சத்தம் வருது. ஒரு நைட்டுப்பூரா ...ரெண்டு பேரு... மூணு உசுர கைலப்புடிச்சிகிட்டு இர்ந்தோம். கண்ணாலம் கட்டிக்கலான்னு இர்ந்தோம்... ஒரு வாரத்ல கலஞ்சிர்ச்சி... ஒன்ன

வச்சி எதாவது மர்ந்துகிர்ந்து தந்து காப்பாத்லான்னு நம்பிகிட்டு இர்ந்தேன்... ஒனக்கு ஊடுகாடு இர்க்குன்னு... நீ மைராச்சினு ஊருக்கு ஓடிபுட்ட. அவ்ளுக்கு வவ்ரெல்லாம் புண்ணாவி... ஜன்னி வந்து சாவக் கெடக்றாடா” என்று எல்லாக்கெட்ட வார்த்தைகளையும் ஏவிவிட்டான்.

நான் சுதாரித்து எழுந்து சுப்பாண்டுவை பார்த்தேன். "ராசண்ணா இப்பதான் எனக்கே தெர்யும். எல்லாக் கெணாவையும் வெளில சொல்ல மிடியாதில்ல" என்றான். அவன் கன்னத்தில் படீர் என்று ஓங்கி அறைந்தான் சுப்ரமணி. வாய்த் தகராறு தள்ளுமுள்ளுவில் போய் நின்றது.இடையீடு செய்து நான் அமைதியை ஈடு கட்டினேன். அவன் மீண்டும் மாரடித்துக் கொண்டு ஒப்பாரி வைப்பதைபோல் புலம்பிக்கொண்டு அழுதான். குற்ற உணர்வு எப்படி கொஞ்சம் கொஞ்சமாய் கொல்லும் என்பதை உங்கள் தீர்ப்புக்கு விட்டுவிடுகிறேன்.

தாமரைக்குளம் | 24

தாமரைக்குளம் இன்றைய நிலை

வெங்குளம் என்று கல்வெட்டுக்கள் சொல்லும் எனது சொந்த ஊரான வெங்கலத்திற்கும் கர்நாடகாவில் உள்ள சரவண பெலகோலாவிற்கும் தொடர்புகள் இருக்கிறதோ இல்லையோ, எங்கள் ஊரின் குளங்களுக்கு தொடர்பு இருக்கிறது. ஊரில் மொத்தம் மூன்று குளங்கள். கிழக்கே இருப்பது கோரி குளம். மேற்கே இருப்பதில் ஒன்று நல்ல தண்ணீர் குளம். மற்றது மாட்டுத் தண்ணீர் குளம். அவை எங்கும் தாமரைகள் நெடிந்து நிமிர்ந்து பூத்திருந்தன. நீலமலையிலும் சுழியம் பாகை

கோ.நடராசன் | 125

செல்சியசில் ஒரு தாமரைக் குளம் முழுவதும் மலர்ந்திருந்தது. தாமரைகள் மட்டும் எப்படி பல்வேறு வெப்ப நிலைகளுக்கு தன்னை தகவமைத்துக்கொண்டன என்பது வியப்பான ஒரு ஆய்வு.அந்தக் கடுங்குளிரில் கால்கள் விரைக்க குளத்தில் இறங்கி, தாமரை மலரை பறிக்க வேண்டும் கூடவே தாமரைத் தண்டு ஒன்றும், சகதியிலிருந்து அடிகாண அறுத்தெறிந்து எடுத்து வர வேண்டும்.

இப்படியானதொரு தாமரைக்குளம் உதகை தாவரவியல் பூங்காவிலும் உண்டு. அதன் மேற்கு கரையில் ஒரு முதலை சிற்பம் உண்டு. அந்த சிற்பம் பாதி தண்ணீரிலும் பாதி வெளியிலும் தெரியுமாறு அமைத்திருப்பார்கள். நல்ல மழைக்காலங்களில் தலை மட்டும்தான் வெளியில் தெரியும். இது போன்ற நிகழ்வுகளில், கல்லூரிக் காலங்களில் நானும் எனது நண்பர்களும், கையில் இருக்கும் தின்பண்டங்களை அந்த முதலைக்கு போடுவதைப் போல்போக்கு காட்டுவோம். வேற என்ன ஆசை? இளசுகள் ஒன்று இரண்டாவது ஏமாந்து விடும். 'அது உண்மையான முதலை அல்ல சிற்பம் என்பது உங்களுக்கு தெரியாதா?' என்று அருகில் வந்து முதலையை படம் எடுப்பது போல் இந்த ஊட்டி முதலைகளையும் படம் எடுத்துவிட்டு செல்வார்கள். ஒன்றும் தெரியாத அப்பாவிகள் போல நாங்களும் ஆங்கிலத்தில் உளறிக்கொட்டிவிட்டு வெளியேறுவோம்.

சிறுவனாய் இருந்தபொழுது வடிகுழாய்பற்றி எங்கோ கற்றறிந்த நினைவு. உயரத்தில் ஒரு குடத்தில் தண்ணீர் வைத்து விட்டு, ஒன்றரை மீட்டர் நீளம் உள்ள தாமரைத் தண்டை அடிப்பகுதியை வாய்விட்டு உறிஞ்சிவிட்டால் தண்ணீர் தானாகவே வடிந்து கொண்டிருக்கும். வருவோர் போவோர் எல்லாம் வேடிக்கை பார்த்துவிட்டு நான் ஏதோ பெரிய ஆய்வாளன் என்பதைப் போல பாராட்டிவிட்டுப் போவார்கள். இதே நுட்பத்தை பயன்படுத்தி பின்நாட்களில் மடைகளிலும் சுனைகளிலும் தேக்கி வைக்கப்பட்டிருந்த தண்ணீரை ஐந்து விரற்கடை கருப்பு நெகிழி குழாய்களைப் பயன்படுத்தி தண்ணீர் திருடுவது வாடிக்கை. ஒரு மணி நேரத்திற்கு தண்ணீர் விடு என்று கெஞ்சினாலும் விட்டுக் கொடுக்க மாட்டார்கள். ஆனால் துஞ்சினால் விட்டுவிடுவார்கள். அயர்ந்த நேரம் பார்த்து அந்த வயலில் நீர்ப்பாய்ச்சக் காத்திருக்கும் நெகிழி குழாய், வாய்க்கால் வழியாக தேக்கி வைத்திருந்த தண்ணீரை உறிஞ்சித் தள்ளிவிடும். தூக்கம் கலைவதற்குள் தண்ணீர் பாய்ந்த தடயம் தெரியாமல் நீரேற்றிகள் திடீர் மழை பொழிந்து விடும்.

நான் சிறுவனாக இருந்த காலத்தில் இந்திய செர்மனி மேம்பாட்டு திட்டம் என்ற பெயரில், அரசு பண்ணை ஒன்று இயங்கி வந்தது. அதில் பணியாட்களைத்தவிர வேறு யாருக்கும் அனுமதி இல்லை. ஆங்கிலப் புத்தாண்டு நாளில் அந்த எல்லையில் இருக்கும் முனீஸ்வரன் ஆலயத்தில் திருவிழா நடக்கும். அன்று அரசு பண்ணையினுள் எவரும் நுழைந்து வரலாம். இது வருடத்திற்கு ஒரு முறை கிடைக்கும் வாய்ப்பு என்பதால்தான், அந்த குன்றுச்சி தாமரைக் குளத்திற்கு மதிப்பு அதிகம்.செர்மனி என்ற பெயரில் வியப்பான மூடுந்துகள் இயங்கிக்கொண்டிருந்தன. இன்று நாம் பார்க்கும் நெல் அறுவடை ஊர்திகள் ஏறக்குறைய 40 ஆண்டுகளுக்கு முன் செர்மனி தயாரிப்பாக, அந்த அரசுப் பண்ணையில் கோதுமை அறுவடை செய்ததை நான் நேரில் பார்த்திருக்கிறேன். உழவு ஊர்திகள் கூட ஒரு சிறிய சுமையுந்தை போல் காட்சி அளித்ததை நான் நினைவில் வைத்திருக்கிறேன். சிறிய வகை உழவு ஊர்திகளை பயன்படுத்தி அவர்கள் உருளைக்கிழங்கு அறுவடை செய்ததையும், அதே ஊர்தியை நீரேற்றியாக பயன்படுத்தியதையும் கண்டு நான் வியந்தது உண்டு.

பண்ணையில் இருந்த உயர் அலுவலர்களின் வீடுகள் மிகவும் வேறுபாடாக இருந்தன. ஒரு சில வீடுகள் முழுவதும் செடி கொடிகள் படர்ந்து, முன்வாசரற்படியைத் தவிர மற்ற எல்லா இடங்களும் இலைகளாலும் தழைகளாலும் மலர்களாலும் கூரை வேய்ந்திருக்கும். தங்கம் கிடைப்பதற்காக வெள்ளையர்கள் சுரங்கம் தோண்டி யிருப்பதாக பெரியவர்கள் பேசிக்கொள்வதை கேட்டிருக்கிறேன். என் வாழ்நாளில் ஒரு நாள் கூட நான் அந்த சுரங்கத்தை பார்த்ததே இல்லை. மேலும் விளைநிலம் உருவாக்க வேண்டி, மண் நிரவும் பூத ஊர்திகள் எந்நேரமும் குன்றுகளை படிப்படியாய் குடைந்துகொண்டோ அல்லது மிக மிக மென்மையான கோபி மண் குவியலை கக்கிக்கொண்டோ இருக்கும். இன்று மலை எங்கும் நீக்கமற நிறைந்திருக்கும் சுற்றும் நீர் தெளிப்பான்கள் அன்று அரசு பண்ணையில் மட்டுமே காட்சியளித்தன. வரப்புத்தாண்டி எப்பொழுதாவது வரும் அந்த செயற்கை சிறு மழையில் சிற்றுடல் நனைப்பது ஒரு சிலிர்ப்பான பேரின்பம். நீலமலையில், பச்சைத் தண்ணீரில் குளிக்கக்கூடாது என்பது எழுதப்படாத சட்டம்!

முனீசன் கோவிலில் இருந்து ஒரு கிலோமீட்டர் உயரத்தில் குடி அழைத்து வரும் இடம் இருக்கும். அதுவரை மட்டுமே சிறுவர்களுக்கு அனுமதி. நான் இளைஞனான பின் அங்கேயே ஒரு இடிகுழி இருந்ததையும் அந்த இடம் வரை சிறுத்தைகள்

நடமாட்டம் இருந்ததையும் பின்னர் தெரிந்துகொண்டேன். பிற்காலத்தில் முட்டைகோசு நாற்றங்கால் தயாரிக்க சைட்டிசஸ் மிலார்கள் தேவைப்பட்டன. முனீஸ்வரன் ஆலயத்தை சுற்றி நிறைய சைட்டிசஸ் புதர்கள் இருந்தன. வருடத்தில் ஒன்று இரண்டு முறை இப்படியாக முனீஸ்வரனை கும்பிடும் வாய்ப்பும் கிடைத்தது.

மொட்டோரை மக்கள் ஊற்று நீரைக் குடித்துக் கொண்டிருந்த அந்த காலத்தில் நஞ்சநாட்டு மக்களுக்கு மட்டும் அங்கிருந்த, சிறிய நீர்த்தேக்கம் ஒன்றில் இருந்து இரும்புக் குழாய் வழியாகத் தண்ணீர் வந்தடைந்தது. மின்சார நீரேற்றிகள் இல்லாத காலம் அது. நிகழ்காலத்தில் மொட்டோரைக்கு என்று தனியாக ஆழ் துளை கிணறு உள்ளது. நஞ்சநாடு ஆறுகுளி நீர்மின் உற்பத்தி நிலையத்திலிருந்து பெரிய பெரிய இரும்புக் குழாய்களில் நஞ்ச நாட்டிற்கு இன்றும் தண்ணீர் வடிகுழாய் மூலமாகவே வந்து கொண்டிருக்கிறது.

பீட்டணி என்ற என்ற இடத்தில் தனியார் பண்ணை உள்ளது. இன்றைய பண்ணை முழுவதும் ஸ்ட்ராபெரி விளைந்து உலகெங்கும் ஏற்றுமதி ஆகிறது. தனிச்சுவை மிக்க ஸ்ட்ராபெரிகளில் பீட்டணி ஸ்ட்ராபெரியும் உள்ளடங்கும். சுற்றிலும் மலைக்காடுகளும் சோலைக்குன்றுகளும் நிறைந்த இந்த பகுதியில் நடுவில் ஒரு 20 ஏக்கர் நிலம் மட்டும் எப்படி தனியார் வசம் சென்றது என்பது இன்றும் எனக்கு புரியாத புதிராகவே இருக்கிறது. அங்கு வெள்ளைக்காரன் பயணித்த குதிரை சாலைகள் இருப்பதை விறகிற்கு போகும் எல்லா காலங்களிலும் நான் உற்று நோக்கி வியப்படைந்து இருக்கிறேன். அந்த அடர்ந்த காட்டுக்குள்ளும் குதிரை பயணிக்க 3 அடி அளவிற்கான கருங்கல் பாவிய பாதையை அமைத்திருக்கிறான் பாருங்கள் வெள்ளைக்காரன். அங்கே உலவுகிறது அவன் மிடுக்கும் சொடுக்கும்.

அம்மா எப்பொழுதும் அந்த நாளை சரியாக நினைவில் வைத்திருப்பார். வயல் வேலைக்குச் செல்லும் முன், கடையடுப்பில் சுடுதண்ணீர் காய்ந்து கொண்டிருப்பதை சுட்டிக்காட்டி, குளித்துவிட்டு முனீசன் கோயிலுக்கு சென்று வர அறிவுறுத்துவார். ஏனெனில் அது எனது பிறந்தநாள். அரசுப் பண்ணையில் வேலை செய்யும் அனைவருக்கும் விடுமுறை நாளும். எனக்கு எந்த நாளும் நண்பர்களுக்கு பஞ்சம் இருந்ததில்லை. நான்கு ஐந்து பேர் தயாராகி அரைப்பாறை

வழியாக பயணிப்போம். இந்த அரைப்பாறை பகுதி என்பது பாறைகளால் சூழ்ந்த ஒரு சிறிய குன்று. காட்டுப் பூனைகளுக்கு பெயர் பெற்றது.

ஒன்று இரண்டு சிறிய குகைகளும் அதன் இடையே ஓடிவரும் வெங்கிச்சங்கல் ஓடையும் எங்கள் வீரதீர செயலுக்கு சவால் விடும் ஒரு கரடு முரடான பாதை. ஆரம்ப காலத்தில் பட்டாணி சுண்டல் படையல் மட்டும்தான். இன்று சிறுசிறு ஊர்ப்பகுதிகள் தனித்தனியாக 10 அல்லது 15 என்று கிடா வெட்டி படையல் வைக்கும் அளவிற்கு முன்னேறி இருக்கிறார் முனீசர். நாற்பது ஆண்டுகளாக நடைபெற்று வரும் இந்த ஆலய திருவிழாவில் நஞ்சநாட்டின் தொல்குடிகளும் சேர்ந்தே ஆட்டமும் பாட்டமுமாய் கலக்குகிறார்கள். அவர்களிடம் கிடா வெட்டும் பழக்கம் இருப்பதாக எனக்கு தெரியவில்லை. ஆனாலும் கோழித் திருவிழாவில் அவர்கள் வைக்கும் கோழி குழம்பு தனித்துவம் கொண்டது. கூடுதலாக 20 ஆண்டுகளுக்கு முன்பே ஈசன் ஆலயம் ஒன்று நஞ்சநாட்டில் கட்டப்பட்டுவிட்டது என்பதும் தனிக்கதை. வழிபாட்டு விழுமியத்தில் சமூக இணக்கம் என்ன என்பதை, நாம் இந்த தொல்குடிகளிடமிருந்து கற்றுக்கொள்ள வேண்டியதேவை இருக்கிறது.

நஞ்சநாடு என்ற ஊர் படகர்கள் வாழும் அட்டிகளிலேயே மிகவும் பெரியது. மிகப்பெரும் நில உடமையாளர்கள் வாழ்ந்த ஊரும் அதுவே. ஆனாலும் என் பள்ளி காலத்தில் இருந்து இதுவரை மக்கள் சாரை சாரையாய் அரசுப் பண்ணைக்கு தினக் கூலியாக வேலைக்குச் செல்வதை நான் எப்பொழுதும் ஒரு ஏக்கத்துடன் பார்த்திருக்கிறேன். அரசு பண்ணையில் குறைந்து அளவே குடியேறிகள் வேலை பார்க்கிறார்கள். ஆனால் நாளது வரை நூற்றில் 10 பேருக்காவது உறுதியான வேலை அல்லது உறுதியான சம்பளம் கிடைக்கிறதா என்றால் அது பெரும் கேள்வியாகவே முடிகிறது. அரசாங்க வேலை என்றால் என்ன கிள்ளு கீரையா? இந்தப் பண்ணையின் குறுக்காகவே நஞ்சநாடு குருத்துகுளி சாலை பயணிக்கிறது. ஆனாலும் இரு எல்லைகளிலும் அனுமதி பெறாமல் ஒரு ஈங்குருவிகூட நுழைய முடியாது.

இன்று தமரைக்குளம் சிறு குட்டையாக சுருங்கிவிட்டது. தாமரைக் கொடிகள் ஏதுமில்லை. நீர் களைக் கொடிகள் மிதக்கின்றன. கோரப் புதர்கள் கொக்கரித்து சிரிக்கின்றன.

கிளைக்கிளையாய் கோசு | 25

மாடியில் சுருள் கோசு

நீலமலையில் கோசு என்பதும் ஒரு அழகு செடியாகவே பயிரிடப் பட்டது. மலை காய்கறிகளின் உற்பத்தியை பெருக்கும் திட்டத்தின் கீழ் தமிழக அரசு கோசு விதைகளை அறிமுகப்படுத்தி ஊர் புறங்களில் இருக்கக்கூடிய வயலாடிகளை ஊக்குவித்தது. ஊர்கள் தோறும் அரசு பணியில் இருந்த வேளாண் அலுவலர்கள் மூலம் விதை பொட்டலங்கள் பகிர்ந்து அளிக்கப்பட்டன. முன்னதாக பதிவு செய்த வயலாடி ஒவ்வொருவருக்கும் 50 கிராம் எடையளவு கொண்ட பொட்டலம் ஒன்று, விலையில்லா திட்டத்தின் கீழ் வழங்கப்பட்டது.

செப்டம்பர் என்று அழைக்கப்பட்ட அந்த கோசு வகை பச்சையாகவே உண்ணும் அளவிற்கு மிகச் சுவையானதாகவும் அகன்ற கெட்டியான கீரை வகை ஒன்றைப் போன்ற அதிகம் பச்சைக் கட்டு உள்ளதாகவும் இருந்தது. 5 கிலோ முதல் 7 கிலோ எடை வரையிலும் அவை இருந்ததால் அவ்வகை கோசுகள்

பரங்கிக்காயை கீற்று போடுவதைப் போலவே கீற்றுப்போட்டே விற்க முடிந்தது. செப்டம்பரின் இந்த பெருந்தன்மையே அதை சந்தையில் இருந்து அழித்தொழிக்கவும் வழிவகை செய்துவிட்டது. ஆயினும் அறிமுகப் படுத்தப்பட்டதிலிருந்து சுமார் பத்து ஆண்டுகள் வரை இந்த செப்டம்பர் நீலமலையில் காட்டாட்சி நடத்தியது என்பதை யாராலும் மறுக்க இயலாது.

அதே காலக்கட்டத்தில் சப்பாத்திகோசு என்ற கலப்படவகையை சந்தைகளில் வாங்கி ஏமாந்த வயலாடிகளும் உண்டு.அறுவடையின் போதுதான் என்னவகை என்றறிய முடியும்.பெரரிய வட்டுபோல் தட்டையாக உள்ளீடு விழுந்து பச்சை பாம்பு சுருணைபோல் விளைந்திருக்கும். விலை குறைந்தகாலங்களில் சந்தையேறாத சப்பாத்தி கால்நடைகளின் வயிற்றை நிறப்பும்.

ஓரிரு ஆண்டுகளில் செப்டம்பர் விதை தனியார் சந்தைகளிலும் விற்பனைக்கு வந்தது. அரை ஏக்கர் ஒரு ஏக்கர் என்று வயலாடிகள் பயிரிட துவங்கி நல்ல பணத்தையும் மகசூலையும் அறுவடை செய்தனர். காய்கறி பயிரிடுவதில் முதன்மை வேளாண்மையாக உருளைக்கிழங்கு இருந்தது. அதனோடு போட்டி போடும் அளவிற்கு கோசு அறுவடையும் இருந்தது. எத்தனை சரக்குந்துகளில் உருளைக் கிழங்கு அல்லது கோசு மேட்டுப்பாளையம் சென்றடைந்தது என்பதை ’மார்க்கெட் நெலவரம்’ என்று உள்ளூர் மக்கள் அழைத்தார்கள். வயலாடிகளுக்கு அது சார்ந்த புள்ளியியல் விபரங்களும் விலை விபரங்களும் வந்து கொண்டே இருக்கும். சில நாட்களில் ’இது300 லோடாமா அது 270 லோடாமா’என்று பூடகமாக பேசுவார்கள். 300 என்பது உருளைக்கிழங்கு சரக்குந்துகளின் அளவு. 200 என்பது கோசு சரக்குந்துகளின் அளவு. என்றால் கோசு விளைச்சல் அல்லது கோசு வெள்ளாமை எப்படி மலை வாழ்வியலில் முதலிடம் பெற்றது என்பதை சொல்ல வேண்டியது இல்லை. ஒரு லோடு என்பது குறைந்தது 12 டன் எடையளவு கொண்டது! மலைக் காய்கறிகளின் ஒட்டுமொத்த சந்தையை நீலமலைத் தக்க வைத்துக்கொண்டிருந்த காலம் அது. இன்று சமவெளி எங்கும் கூட விளைந்து தள்ளுகிறது கோசு வகைகள்.

உருளைக்கிழங்கு பயிர் இடுவது போல அவ்வளவு எளிதானது அல்ல கோசு பயிரிடுவது.செய்நேர்த்தி செய்து கொண்டே இருக்க வேண்டும்.4 க்கு 10 அடி என்ற அளவில் மேட்டுப்பாத்தி அமைக்க வேண்டும். இதை மொட்டோரை மக்கள் பேடு என்று அழைப்பார்கள். பேடு கட்டுதல் ஒரு கலை.ஆண்கள்

தரையில் காலால் நேர்க்கோடு போட்டு மண்வெட்டியால் வெட்டி இரண்டு பக்கமும் மண்ணை விசிற வேண்டும். பெண்கள் கொத்தால் மண்ணை நிரவி சிறு சிறு கட்டிகளை உடைத்து விட்டு பேட்டின் மேல் பகுதியை மென்மையாக மாற்ற வேண்டும். சிறு சிறு சரளை கற்களுக்கு இங்கு இடமே இல்லை. ஏனென்றால் இது ஒரு இளவரசியின் தனி அறை. பூச்சி புழு அண்டாமல் இருக்க குருணை மருந்து விசிறப்படும். பின்னர் தூளாக்கப்பட்ட நாட்டு எருவு பரப்பப்படும். பூண்டு கொத்து என்று அழைக்கப்படும் மிகச்சிறிய கொத்து வகையால் மீண்டும் மேல் பகுதி கொத்தி விடப்படும். இரண்டு மூன்று நாட்கள் ஆற போட்டு விட்டு மகிக்கோ கோசு விதைகளை தூவிவிடுவார்கள். நீலமலையில் விதை தயாரிப்பு இல்லை. பெங்கலூரு விதைப் பண்ணைகளிலிருந்து தருவித்து விற்பனையாகிறது. குழந்தைகளுக்கு கிச்சு கிச்சு மூட்டுவதைப் போல பேடின் மேல் பகுதிகளை விரல்களை கொண்டு விதையும் மண்ணும் ஒன்று சேருமாறு கலக்கி விடுவார்கள்.

திடீர் மழை எதிர்பாராத வெப்பம் இரவில் திடீரென பனிப்பொழிவு எதுவும் நிகழலாம்! பேடுகளின் மீது அதனால் சைட்டிசஸ்செடிகளை பரப்பிவிடுவார்கள்.கெண்டப்பனி அறிகுறி இருந்தால், பேடுகள் தாட்டுகளின் பாதுகாப்பு வளையத்திற்குள் வரும். இவை நெகிழிப்பைகளால் தைக்கப்பட்ட தற்காலிக தார்பாய்கள். பூவாளி இளவரசியின் உற்ற தோழியாவாள். ஒரு வாரம் கழித்து அரை அடி உயரத்தில் பந்தல் அமைக்கப்படும். காயத்திற்கு போடப்பட்ட கட்டு பிரிப்பதை போல கோத்தகிரி குச்சிகள் பிரிக்கப் பட்டு மறு கட்டு போடப்படும். வாரத்திற்கு ஒரு முறை இளவரசி கூந்தல் உலர்த்துவதற்காக நடுப்பகல் வேலைகளில் சைட்டிசஸ் மூடாக்குகள் அகற்றப்படும். நான்கைந்துமுறை மருந்துகுளியலுமுண்டு.

கார்போக நடவிற்கு கொத்தால் சிறுகுழி கொத்தி நாட்டு எருவு கலந்து மழைக்காக காத்திருப்பர். முதல் மழைநாளில் நாற்றுகள் பிடுங்கப்பட்டு பெரியக் கூடைகளை சாய்த்து அடுக்கப்படும். வயல்வெளிக் குழிகளில் தரையிறங்கி மாற்று மண்ணுக்கு குடிபோகும் நாற்றுகள் அடுத்த வாரத்தில் பச்சைக்கட்டும். மாதமொருமுறை களைவெட்டி செயற்கையுரம்சேர்த்து மண் கொத்துவர். வாரமொருமுறை பூச்சி கொல்லி பூஞ்சைக்கொல்லி மற்றும்பிற கொல்லிவகை மருந்துகள் தெளிக்கப்படும். ஒருசில வயல்களில் கெண்டை நோய் தாகிவிடும். வேரில் கிழங்குகட்டி செடி வதங்கிவிடும். வேருக்கு சமையல் உப்பும் டெமெக்ரான்

மருந்தும் ஊட்டப்படும். ஆனாலும் கால்விளச்சல்கூட தேறாது.

வயலாடிகளின் 100 நாட்கள் போரட்டம் முடிவுக்குவரும். கோசின் தலைதட்டப்படும். கெட்டிப்பட்டிருந்தால் வெட்டுக்குத் தயார். நல்லவிலை நாட்களில் வணிகர்கள் மொய்ப்பர். விலை குறைந்த நாட்களில் இலைகள் சருகாகும். சீராக விளந்தவை ஒரேவெட்டிலும் ‘ஏத்தியும் தாத்தியும்’ விளைந்தவை இரண்டு மூன்று வெட்டிலும் அறுவடையாகும். ‘யாவாரிவெட்டில்’ எல்லாம் வணிகர் பொறுப்பு. ‘காட்டுக்காரவெட்டில்’ எல்லாம் வயலாடி பொறுப்பு.

வெட்டுநாளில் வெட்டுக்கத்தி அறிவர்கள் தலைதட்டி இலையோடு வெட்டிக்குவிப்பர். சுமைகடத்திகள் பெரிய கூடைகளில் கூம்புகட்டி அடுக்கவேண்டும். தலைச்சுமை பூதகரகம் போல் காட்சியளிக்கும். வழிப்போக்கில் கூம்பு கலைந்து சரிதல் கூடாது. தொழில் அறம்! தார்ச்சாலையில் தவமிருக்கும் சுமையுந்துகளில் கரகங்கள் தலைசரியும்.

சுமையுந்துகளில் கோசை அடுக்குவது ஒரு கலை.அதற்கென்று பட்டறிவுமிக்க நிபுனர்கள் இருந்தனர். ஓட்டுனர் சிற்றரைக்குமேல் ஐந்து வரிகள்கூட அடுக்கும் வல்லவர்கள் உண்டு.ஒருசில நேரங்களில் ஒரே சுமையுந்தில் இரண்டுமூன்று வயலாடிகளின் அறுவடைக்கூட அடுக்கப்படும்.அந்நேரங்களில் அட்டிக்கட்டி அடுக்கப்பட்ட கோசு மலைச்சாலைகளில் வயல்வலம்போகும். ஒரு கோசுகூட கழன்று விழாது.முழுவதும் அடுக்கப்பட்ட சுமையுந்துகள் தார்ப்பாய்களால் போர்த்தப்பட்டு இருமருங்கிலும் கயிறு இழுத்து கட்டப்படும். சென்னை மதுரை திருச்சி பெங்களூர் நோக்கி பயணம் துவங்கும்.

மேட்டுப்பாளையம் மண்டிகளில் கொட்டப்பட்ட கோசு இலை கழிக்கப்பட்டு தரம்பிரித்து குவிக்கப்படும்.ராசி என்பது முதல் தரம்.இது ஒரேவகையான எடைகொண்டது.எடை பெருத்தவை மண்டை எனப்படும்.வெடிப்பு அழுகல் மற்றும் எடை குறைந்தவை கடைசி தரமாகும்.இவை தள்ளு என்று பெயர்பெறும். குவியல்கள் கிலோ இன்னவிலை என்று ஏலம் விடப்பட்டு மூட்டைகளுக்கு இடம்பெயரும்.கழிவு இலைகள் கால்நடைகளுக்கு விலையின்றி வெளியேறும்.

நீலம் இளம்பச்சை சிகப்பு மஞ்சள் வெள்ளை ஆகிய நிறங்களில் கோசுவகைகள் உண்டு. நீலமலைகளின் மொட்டோரை சுற்றுபகுதிகளில் விளையும் ஊதாகோசு சுவைமிக்கது.குழம்பு

கூட்டு, பொறியல், காரக்கறி என்று பவகைகளில் சமைக்கலாம். சுருள் கோசு, இலை கோசு என்றொருவகை இருக்கிறது. இந்த வகை கோசு மொட்டோரையில் ஒன்று இரண்டு தெரியாமல் நட்டு விடுவோம். நாற்றங்காலில் முட்டைகோசு, பூக்கோசு, நூற்கல் போன்றவற்றிற்கு இடையே எந்த வேறுபாடும் தெரியாது. தப்பு கோசு என்று மாட்டுக்கு விட்டு விடுவோம்.. சத்துக்கள் மிக்க ஒரு கோசு வகை இது. வட இந்தியாவில் அதிகம் பயிராகும் இவ்வகை காலேக்கறி நீலமலைகளில் கிடையாது. நான் மாடியில் பயிரிட்டேன். ஆட்டுக்கறி குழம்பில் இரண்டு இலைகளை போட்டேன். ஆகச்சிறந்த சுவைகூட்டி!

பூகோசு இறைச்சிக்கு சமம். அடுமனைகளிலும் உணவகங்க ளிலும் காளானுக்கு அடுத்த இடத்தில். பல நிறங்களுண்டு. பச்சைநிற புருக்கோலி சுவையுச்சம் வாட்டி வதக்கி உண்ணக்கூடிய கோசுக்கீரை தனிவகை. எல்லா கோசுவகைகளையும் மிஞ்சும் சுவை கிளைகோசு தான். கிளைகோசுச்சோறு வேறு எந்தவகை புலவுச்சோறையும் கூட்டாஞ்சோறையும் கீழே தள்ளிவிடும்.

நிகழ்காலத்தில் சமவெளியெங்கும் சுவையற்ற கோசும் பூகோசும் பயிராகிறது. அதனால் சமவெளியோடு போட்டிபோட முடியாமல் மலை ஒதுங்கி கொண்டது. ஆனால் மலை கேரட்டிற்கு போட்டி யில்லை. மலையெங்கும் எல்லா காலங்களிலும் கேரட் விளைகிறது. வயலாடிகளுக்கு என்று வெளிச்சம்? என்றுமே விளைச்சல் ‘வாச்சாம் போச்சாந்தா’.

பச்சைப் புறா நில வரைவியல்

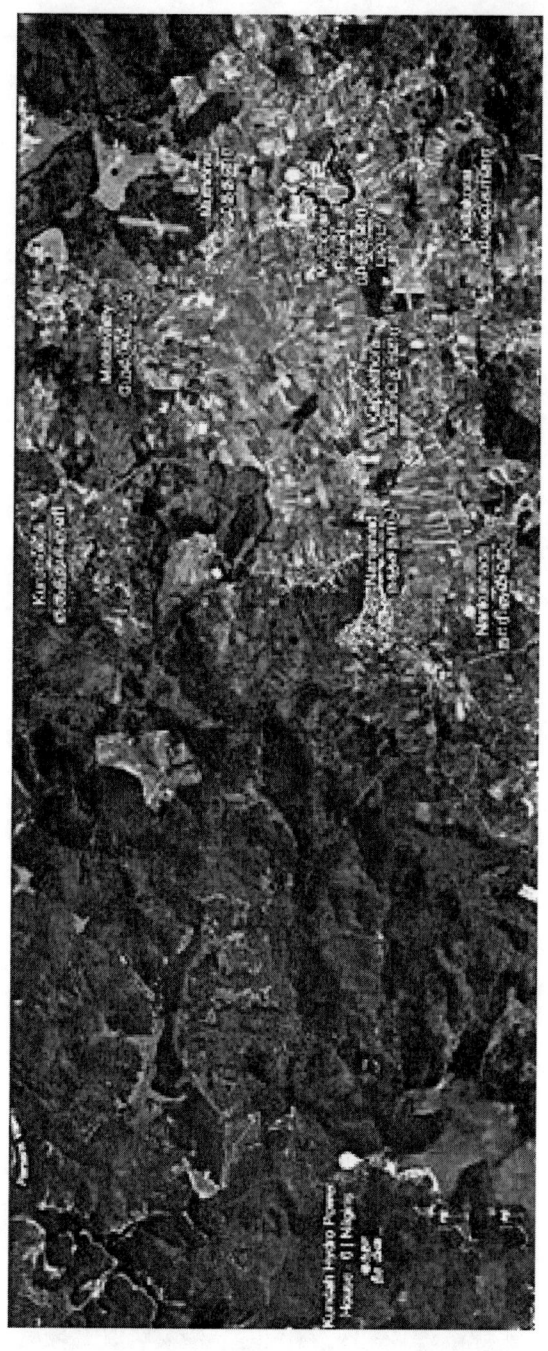

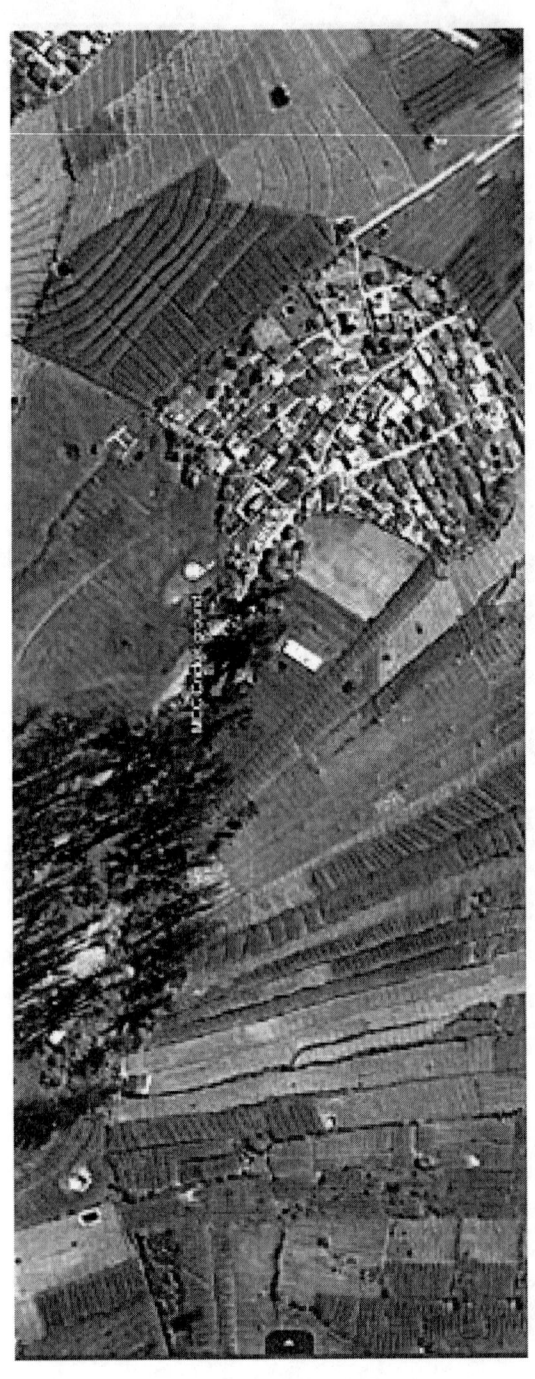

மொட்டோரா நில வரையியல்